D1732622

Dress Shop, Hanoi, 1997
Hiệu áo đầm, Hà Nội

Mekong Delta Girl, Ben Tre, 1995
Cô bé đồng bằng Cửu Long, Bến Tre

Pain and Grace

A Journey
Through Vietnam

Dordon,

I hope you enjoy the journey!

Jim Gensheimer

Jan. 2001

NỖI ĐAU VÀ CÁI ĐẸP

MỘT CHUYẾN ĐI VIỆT NAM

HÌNH ẢNH CỦA
Photographs by Jim Gensheimer

BÀI VIẾT CỦA
Essays by Kristin Huckshorn
Mark McDonald

BẢN DỊCH CỦA
Translation by Nguyễn Bá Trạc

Requests should be submitted to:
       Assistant to the Executive Editor
       San Jose Mercury News
       750 Ridder Park Drive
       San Jose, CA 95190

Limited Edition
First printing, 3,000 copies
Printed in China through Palace Press International

Edited by Ann Hurst and Michael Winter

Photographs and design by Jim Gensheimer

Translation by Nguyễn Bá Trạc

Author contact:
Jim Gensheimer
jgensheimer@sjmercury.com

Library of Congress Cataloging-in-Publication Data
Gensheimer, Jim.
       Pain and Grace: A Journey Through Vietnam / photographs by Jim Gensheimer; essays by Kristin Huckshorn and Mark McDonald.
       128 p., ill., 24.765 cm
    ISBN 0-9653207-4-X
      1. Vietnam—Pictorial Works. 2. Vietnam—Description and travel.
3. Vietnam—Social life and customs. 4. Photography—Artistic.
                             00-100762
                                 CIP

San Jose Mercury News

www.mercurycenter.com

Preface

"**V**ietnam, Vietnam."

The words stuck in my mind.

It was 1987. The San Jose Mercury News had sent me and a reporter to Thailand to report on the Vietnamese boat people who were being attacked and murdered by pirates as they fled their homeland.

We spent nearly two weeks searching for newly arrived refugees. Our goal was to find these people before the Thai authorities transferred them to camps that were off-limits to the press. Those authorities did not want reporters interviewing the Vietnamese for a simple reason: The pirates were Thai fishermen, and the barbaric attacks had become an acute embarrassment to the Thai government.

Without a translator, we chartered a taxi from Songkhla, a city in southern Thailand, to Ban Budee, twenty-five miles to the south, where we heard some boat people had just arrived. There we asked a villager if he had seen any Vietnamese. He did not understand our English, so we used a mixture of hand signals and fractured sentences to explain what we were looking for.

"Ah, Vietnam," the man exclaimed. He joined us in the taxi and directed our driver to a remote camp. When we arrived, he sprang from the car and pointed to two men sitting near a beach. "Vietnam, Vietnam," he said.

The words struck me like yin and yang, two sides of a coin. I thought of Vietnam as a country of two faces. The one I knew was the Vietnam of war as told through stories in the news and movies. The other face was unknown to me — Vietnam at peace.

This was the beginning of a thirteen-year journey. I wanted to understand a country and a culture that remained a mystery to most Americans, despite the historic significance of that war.

I was fourteen when the Vietnam War ended in 1975. It did not seem to affect my family, and so I had only a dim awareness of it.

Thus, in the mid-1980s, I was startled to learn that, although the war had been over for a decade, tens of thousands of Vietnamese were fleeing the country by boat. There was no accurate number of how many had left, but it was estimated that up to half died at sea. What could be so unbearable in Vietnam that they would take such a risk?

In 1989, two years after my trip to Thailand, I was able to visit Vietnam for the first time. I returned five times over the next eleven years.

At first, I saw the typical Third World scenes. Dusty streets were jammed with people, pushcart vendors, pigs and chickens. Poverty meant life was lived in the open, not in climate-controlled homes, offices or cars. Children played in the streets. Men and women shopped at open-air markets and ate pho for breakfast or dinner, squatting on small wooden stools.

As a photojournalist I found it wonderfully appealing. I would sit for hours watching the traffic, trying to capture the infectious spirit and energy of a family of five riding together on a motorscooter, or a lone teenage girl in the traditional white ao dai, pedaling her one-speed bike to school.

The oppression that caused so many Vietnamese to flee was not obvious or easily visual. Of course there was the poverty, and I photographed that to give readers an accurate portrayal of people's lives. But the emotional repression and scars were deeper — hidden under a veneer of politeness — and difficult to capture.

On each trip I tried to peel back another layer of this mesmerizing tapestry. A theme began to develop. Pain and grace.

These two words sum up the Vietnamese experience. The pain of war, personal loss, hardship and separation. The grace of the land and its people.

Vietnam has experienced much hostility during its two thousand-year history. The country has repeatedly fought and defeated invaders, from Chinese forces to French colonialists. The Americans came believing that most Vietnamese did not want to live under communism. But many in Vietnam viewed the war as a battle for independence from foreign control.

That history, punctuated by so much conflict, has inflicted

immeasurable pain on the people of Vietnam. But their ability to persevere and endure continues to inspire me.

This book documents a unique period in their history. It is a story of exodus and return, struggle and triumph. A story of pain and grace. ❖

A self-portrait of Jim Gensheimer in a Hanoi hotel, 1994.

About the Photographer

Jim Gensheimer is a photojournalist at the San Jose Mercury News. A 1982 graduate of Western Kentucky University and a former intern at National Geographic, Gensheimer worked at the Louisville (Ky.) Courier-Journal before coming to the San Jose Mercury News in 1984. He was named California Press Photographer of the Year in 1988 and 1992. In 1987, he documented the plight of Vietnamese boat people and has been to Vietnam six times on assignment. In 1995 he was the first American newspaper photojournalist to go to North Korea since the Korean War.

He has worked on several book projects, including "A Day in the Life of California," "In Pursuit of Ideas: The 125th Anniversary of the University of California," "Once Upon a Dream: The Vietnamese-American Experience," and "24 Hours in Cyberspace."

Gensheimer attended Ohio University as a Knight fellow and earned a master's degree in visual communications in 1999.

Tựa

"Việt Nam, Việt Nam."

Hai chữ ấy cứ vương vấn trong trí tôi.

Bấy giờ là năm 1987, báo San Jose Mercury News gửi tôi và một phóng viên nữa đến Thái Lan để làm phúc trình về các thuyền nhân Việt Nam, lúc ấy đang bị hải tặc tấn công và giết hại khi chạy khỏi quê nhà.

Chúng tôi mất gần hai tuần lễ để tìm những người tỵ nạn mới đến. Mục đích chúng tôi là kiếm ra họ trước khi giới chức Thái chuyển họ đến các trại, nơi phóng viên không được phép vào. Các giới chức ấy không muốn cho phóng viên phỏng vấn người Việt vì một lý do đơn giản: Hải tặc chính là dân đánh cá Thái, và những vụ tấn công man rợ đã làm cho chính phủ Thái lúng túng rất nhiều.

Không có người thông dịch, chúng tôi thuê bao một chiếc tắc-xi từ Songkhla, một thành phố ở cực nam dải đất Thái Lan, đi đến Ban Budee, nơi chúng tôi nghe nói có một số thuyền nhân vừa đổ đến. Tại đây chúng tôi hỏi một người dân làng xem ông ta có nhìn thấy người Việt nào không. Vì người này không hiểu tiếng Anh, chúng tôi đã phải dùng lẫn lộn cả thủ hiệu với những câu ngắn để giải thích cho biết chúng tôi đang tìm kiếm gì.

Người đàn ông la lên: "Ồ, Việt Nam." Ông ta bèn lên tắc xi đi cùng với chúng tôi, hướng dẫn người tài xế đến một khu trại. Tại đây, ông ta nhảy ra khỏi xe, chỉ tay vào hai người đang ngồi gần bãi biển. Ông ta nói: "Việt Nam, Việt Nam."

Hai chữ ấy đã đập vào tôi như âm và dương, như hai mặt của một đồng xu. Tôi từng nghĩ về Việt Nam như một đất nước có hai mặt. Việt Nam mà tôi biết là Việt Nam của chiến tranh như được kể qua các câu chuyện trong các bản tin và phim ảnh. Mặt kia tôi vẫn chưa được biết, và đấy là Việt Nam trong hòa bình.

Đây là khởi đầu của một chuyến đi dài mười ba năm. Tôi muốn tìm hiểu về một đất nước và một văn hóa mà đối với hầu hết người Mỹ, đất nước và văn hóa ấy vẫn còn là một bí ẩn, mặc dù cuộc chiến Việt Nam đã có một tầm quan trọng lịch sử.

Khi chiến tranh Việt Nam chấm dứt vào năm 1975, tôi mười bốn tuổi. Vì cuộc chiến không có ảnh hưởng hay chấn động đến gia đình tôi, nên tôi rất ít chú ý, hoặc ít thông hiểu gì về cuộc chiến ấy.

Do đó, vào thời gian giữa thập niên 80, tôi kinh ngạc khi được biết rằng mặc dù cuộc chiến đã kết thúc hàng chục năm, nhưng hằng chục ngàn người Việt vẫn còn đang trốn chạy khỏi quê hương họ bằng thuyền. Không có con số chính xác cho biết bao nhiêu người đã ra đi, nhưng có phỏng đoán là đến một nửa đã chết trên biển. Điều gì có thể quá sức chịu đựng ở Việt Nam khiến cho họ phải liều mình như thế?

Năm 1989, hai năm sau chuyến đi Thái Lan, tôi đã có thể đến thăm Việt Nam lần đầu. Trong vòng mười một năm kế, tôi trở lại Việt Nam thêm năm lần nữa.

Thoạt tiên, tôi đã nhìn thấy những cảnh tượng diễn hình của Thế Giới Thứ Ba. Những con đường bụi bặm đông nghẹt người, những người đẩy xe hàng rong, những heo, gà. Sự nghèo đói có nghĩa là cuộc sống diễn ra ở ngoài trời, không phải trong những ngôi nhà, văn phòng hay trong những chiếc xe hơi mà không khí được điều hòa. Trẻ con chơi ngoài đường phố. Đàn ông, đàn bà mua sắm ở các chợ lộ thiên. Bữa sáng, bữa tối, họ ngồi chồm hổm ăn phở trên những chiếc ghế đẩu nhỏ bé bằng gỗ.

Là một ký giả nhiếp ảnh, tôi nhìn thấy những chuyện ấy bắt mắt kỳ lạ. Tôi từng ngồi hằng giờ nhìn xe cộ, cố bắt lấy cái tinh thần và năng lực dễ lan truyền của một gia đình năm người cùng cưỡi một chiếc xe gắn máy, hay một cô gái đơn độc mười mấy tuổi, mặc chiếc áo dài trắng cổ truyền, đạp chiếc xe đạp chỉ có một số để đến trường.

Sự áp bức từng khiến cho bao nhiêu người Việt phải trốn chạy, nó không rõ ràng hay dễ gì nhìn thấy. Dĩ nhiên là có sự nghèo đói, và tôi đã chụp bắt để trình bày cho độc giả những hình ảnh chính xác của đời sống dân chúng. Nhưng sự đè nén cảm xúc và các vết sẹo còn sâu xa hơn – chúng ẩn dấu bên dưới lớp vỏ của sự lễ độ – và rất khó chụp bắt.

Trong mỗi chuyến đi, tôi đã cố lột ra một lớp khác của tấm thảm đan dệt đầy thu hút này. Một chủ đề đã bắt đầu khai triển. Nỗi đau đớn và sự cao đẹp.

Hai chữ này tổng kết kinh nghiệm Việt Nam. Nỗi đau của chiến cuộc, sự mất mát của các cá nhân, những khó khăn và chia cách. Vẻ cao đẹp của mảnh đất và của dân tộc sống trên mảnh đất ấy.

Việt Nam đã trải qua rất nhiều hận thù trong hai ngàn năm lịch sử của đất nước này. Quốc gia ấy đã bao lần chiến đấu và đánh đuổi ngoại xâm, từ các lực lượng Trung Hoa đến những thực dân thuộc địa Pháp. Khi đến đây, người Mỹ tin rằng hầu hết người Việt đều không muốn sống dưới chế độ Cộng Sản. Nhưng có nhiều người ở Việt Nam lại xem trận chiến ấy là một cuộc chiến dành lại độc lập từ sự kiểm soát của ngoại bang.

Lịch sử đó, điểm bao nhiêu xung đột, đã gây bao nỗi đau đớn khôn lường cho dân tộc Việt Nam. Nhưng khả năng kiên trì và bền vững của họ đã tiếp tục làm tôi cảm kích.

Quyển sách này ghi lại một quãng thời gian đặc biệt trong lịch sử của họ. Nó là câu chuyện về cuộc ra đi và trở về, phấn đấu và khắc phục. Một câu chuyện của nỗi đau và cái đẹp. ❖

Vài giòng về nhiếp ảnh gia

Jim Gensheimer là ký giả nhiếp ảnh của nhật báo San Jose Mercury News. Tốt nghiệp Đại Học Western Kentucky năm 1982, cựu sinh viên thực tập tại tạp chí National Geographic, Gensheimer đã làm việc cho tờ Louisville (Ky.) Courier-Journal trước khi làm việc cho San Jose Mercury News từ năm 1984. Ông đã được vinh danh là Nhiếp Ảnh Viên Báo Chí của tiểu bang California trong năm 1988 và năm 1992. Năm 1987, ông thu thập hình ảnh cuộc vượt biên của thuyền nhân Việt Nam và đã được chỉ định đi Việt Nam sáu lần. Năm 1995, ông là ký giả nhiếp ảnh đầu tiên của một nhật báo Mỹ đến Bắc Hàn kể từ chiến tranh Triều Tiên.

Hình ảnh ông chụp đã xuất hiện trong một số sách, gồm có "A Day in the Life of California," "In Pursuit of Ideas: The 125th Anniversary of the University of California," "Once Upon a Dream: The Vietnamese-American Experience," và "24 Hours in Cyberspace."

Gensheimer theo học Đại Học Ohio với một học bổng Knight về ngành Quản Lý Hình ảnh Phòng Tin, và đã tốt nghiệp văn bằng cao học ngành truyền thông hình ảnh trong năm 1999.

Diaspora
Lưu Vong

Boat With Sixty-eight Refugees, South China Sea, 1987
Thuyền chở sáu mươi tám người tỵ nạn, Nam Hải

Child Rescued by French Navy, South China Sea, 1987
Em bé được Hải Quân Pháp cứu, Nam Hải

refer to notes
Xem ghi chú

Mother and Children, South China Sea, 1987
Mẹ và con, Nam Hải

refer to notes
Xem ghi chú

First Meal Aboard Rescue Ship, South China Sea, 1987
Bữa ăn đầu tiên trên tầu cứu nạn, Nam Hải

refer to notes
Xem ghi chú

Diaper Change, South China Sea, 1987
Thay tã, Nam Hải

refer to notes
Xem ghi chú

A Relative's Address, South China Sea, 1987
Địa chỉ thân nhân, Nam Hải

refer to notes
Xem ghi chú

Sleep, South China Sea, 1987
Ngủ, Nam Hải

refer to notes
Xem ghi chú

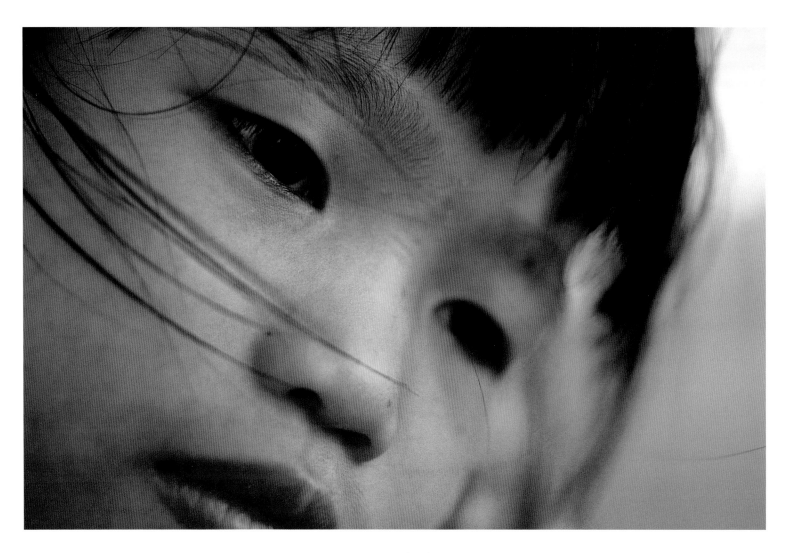

Nine Days at Sea, South China Sea, 1987
Chín ngày trên biển, Nam Hải

refer to notes
Xem ghi chú

Refugee Camp, Thailand, 1987
Trại tỵ nạn, Thái Lan

Essay

Our car bounced down a dirt road on its way back to the town of Ben Tre.

This was the end of a long day spent navigating rice paddies, banana palm forest and streams so that we could visit farmers who lived deep in the Mekong Delta. Now, I wanted to wash away the delta dust and sad stories with a hot shower and cold beer.

I looked across at Jim Gensheimer, the San Jose Mercury News photographer traveling with me. He stared intently out the car window as fading afternoon light turned the sky an incandescent blue, the paddies a luminous green. My heart sank. I knew what was coming. "Stop."

More than an hour later the car still sat on the side of the road, while our two impatient government escorts smoked and stewed. Peasant women in baggy black pants and conical hats gathered to chat. One carried in her arms her teenage brother. He was two feet tall, deformed, she said, by the effects of the Agent Orange defoliant sprayed by U.S. troops during the Vietnam War. A lanky boy led cattle into a military cemetery and let them graze among the headstones. Curious children sprinted from every direction as word of our presence spread.

I don't know when the girl saw us.

She threaded her way along the paddy dikes. Then she stopped short of the road and stood in the rice stalks. She wore a thin blouse printed with pink flowers. Her slim arms were brown from the sun. One wrist displayed what I suspected was a prized possession: a plastic purple bracelet.

She looked neither happy nor sad, surprised nor disturbed when Jim pointed his camera and took her picture. Later, when I saw the photograph, I could not take my eyes off her face.

Here was the beauty, the hardship, the dignity that would confront us time and again. Hers was the face of Vietnam.

Pain and grace.

Together, Jim and I traveled the country for the Mercury News, the first American newspaper to open a bureau in the country since the war ended on April 30, 1975. We recorded hundreds of images and conversations. Most important, we witnessed the seismic social, economic and political shifts that were testing and transforming Vietnam as it emerged from post-war isolation.

These trips took us from the reawakening urban hubs of Hanoi and Ho Chi Minh City, along the two thousand-mile coastline and into remote ethnic minority villages in the Central Highlands and far north.

Old women harvested rice by hand and antiquated machine, while their daughters peeled shrimp for export in high-tech frozen-food factories. Guests at a country wedding served us a simple celebratory lunch of congealed pork and packaged cookies. Dressed in mourning white, the family of a young man killed in a traffic accident invited us to join the funeral procession as it snaked up the same north coast road on which he had died.

Young people, most born after the war, shared starry-eyed dreams. Their middle-aged parents, north and south, voiced frustration with the country's rigid Communist Party leaders. Grandparents, the survivors of a half-century of war and post-war deprivation, marveled at this new-age prosperity, but fretted over traditions slipping away.

My tenure covered four and a half years. During that time, the United States lifted the trade embargo, normalized diplomatic relations and sent its first ambassador to Hanoi. Used cars and Honda scooters replaced Chinese bicycles and twenty-cent-a-ride pedicabs. Crumbling French Colonial villas fell to make way for granite high-rise offices housing foreign companies. Economic growth surged, and with it, the expectations of everyday Vietnamese. Then their leaders endorsed continued political control over accelerated reform, and the economy began to sputter. I saw disenchantment grow and protest erupt.

The gap between the haves and the have-nots widened as well. Young men and women abandoned farms to take coveted factory jobs assembling light trucks for the Ford Motor Company or sneakers for Nike. Others, their rubber sandals marking their rural roots, migrated to the cities in search of menial work. Jim spotted four young men on a Hanoi street, clutching cheap saws and looking forlorn and far from home.

Small moments like that offered larger truths, and Jim found hundreds of such moments during his own thirteen-year journey in and out of the country. He was aboard a French navy ship as sailors plucked a baby from a boat on the South China Sea. Thousands would eventually make their way to San Jose, California, and other safe havens.

Thousands more perished in rough seas or at the hands of pirates. On another trip, we followed a San Jose man returning to Ho Chi Minh City at Tet to reunite with his mother for the first time in sixteen years. The moment was bittersweet. She hugged her son, then scolded him for not having returned in time to bid farewell to his dying father.

Like the Vietnamese, we rose early. This let us catch people in the extraordinary dawn light that washed across the silver coastline, the paddies, the markets and city streets. In that light Jim found both virile young men stretching their limbs alongside Hanoi's downtown lake and a one-legged itinerant scooting down a street in the Central Highlands.

Indeed, the pictures are not always pretty. But they are honest. And that is why I keep returning to these images of beauty, hardship and dignity.

Vietnam is a country of astonishing beauty. Study the two women lounging in the surf on a Nha Trang beach, the rowboats gliding across Hanoi's West Lake or the face of a young boat girl who just spent nine days at sea. I never tired of an orange sun setting over the fishing boats on the Perfume River in Hue or watching children play tag among the ancient capital's stone ruins.

As appealing was a stop at an outdoor market. Baskets groaning with oranges or bloody meat added brilliant splashes of color. I loved the fat white lotus in plastic buckets and the profusion of pink-and-yellow flowered branches that appeared before each Tet holiday. I cherished unexpected treats like wine-grape vineyards in Phan Rang, the radiance of Hmong girls and the softness of an old peasant woman's gnarled hands.

No wonder so many picture books portrayed Vietnam as a lovely, exotic — and simple — destination. But that air-brushed version troubled me. For all its natural beauty, Vietnam remains one of the poorest and most overpopulated countries in the world. Millions of people subsist on rice. Half the children are underfed. The hospitable smiles of peasant women, thigh deep in muddy paddies, never could obscure what I knew to be their hardscrabble existence. In one southern province, when we asked a loyal cadre about victims of the wartime defoliant spraying, his wife piped up, "Our problem isn't Agent Orange. It's malnutrition."

Peasants make up eighty percent of the population, and they still awaken nearly every day to battle hostile forces: inadequate land, petty and corrupt local cadres or devastating storms.

And battle they do. The Vietnamese survive by constantly reinventing themselves. They are doggedly resilient, proud, street-smart and opportunistic. That I saw in the faces of young beauty queens appearing at a magic show in Ho Chi Minh City, the former Saigon. Backstage, these hard-bitten women played cards and smoked. On stage, they turned demure, smiling and girlish.

At first this chameleon-like quality unsettled me. But I came to realize that ingenuity against all odds bred a remarkable people.

I found such a man atop the Hai Van Pass, the Pass of Clouds, that rises between the central coast cities of Danang and Hue. Just sixty miles separated the towns. But the country's only north-south artery, two-lane Highway 1, was so racked with potholes the car trip routinely took three hours.

I stopped atop the pass to stretch my legs. Few foreigners had yet returned to Vietnam, and I was instantly surrounded by shouting kids selling Coca-Cola and Beechnut gum. Amid the din, a man in ragged clothes said in flawless American English, "Ma'am, would you like a Coke?"

We talked. As a teenager, he poured drinks in a bar frequented by American soldiers. By the time they abandoned Danang, he spoke fluently. This marked Chi as a traitor. For the next twenty years, he never used English in public. He and his wife barely stayed afloat, selling soda and hiring themselves out as farm hands.

Now, as foreigners returned, Chi began limbering up his skill like some atrophied limb. First, he talked to tourists atop the pass. Some, including me, began hiring him as a guide and translator. The next year, he had cheap business cards printed with his name and directions to his one-room house that sat yards from the aquamarine sea. He farmed out his soda business to local kids.

With young Vietnamese desperate to learn English, he found his teaching skills in demand. The following year, an Australian construction foreman met him on the pass and hired him to supervise Vietnamese workers building a resort hotel in Danang. Another builder hired him away to oversee a larger crew. By the time I left, Chi was so valuable he had been transferred to the company's head office in Ho Chi Minh City. He owned a cell phone. He was middle class. "Finally, I can sleep at night," he told me.

On another trip, as I sipped fresh watermelon juice on a south coast tourist beach, a teenager approached and tried to sell me outdated pulp fiction paperbacks. He spoke enough English to tell me his father owned a book shop down the road.

The shop turned out to be a single glass case on a sidewalk, lit at night by a faint gas lamp. His father had served in the South Vietnamese Army and was imprisoned after the communists won the war. Because of that history, he could not find a job.

During the next few years, I mailed him hot-off-the-press paperbacks. Friends who visited the area and met him did the same. An influx of tourists brought more customers. The little business flourished. He saved enough money for his oldest son to enroll in college in Da Lat. Like this man, thousands of Vietnamese embraced the fledgling market economy like a long-lost relative and began to improve their lives. Like his son, thousands of young people rushed to enter universities and study English and computer science.

Yet, toward the end of my tenure — just as this generation began to graduate and enter the job market — nascent reform stalled under the weight of intransigent political control. Foreign investment plummeted. Layoffs hit factories and waylaid Vietnam's plan to use labor-intensive manufacturing to export its way out of poverty. The trickle of prosperity from the cities to the countryside dried up.

No one felt this downturn more sharply than the farmers. In the province of Thai Binh, eighty-five miles southeast of Hanoi, men and women who had served as loyal communist foot soldiers during the war now ignored laws against free speech and political protest and rioted over rising taxes and rampant party corruption.

In the flooded delta, we found a woman selling her hand-harvested rice for seven cents a pound. The devaluation of the Vietnamese currency meant her family's annual income would drop from eight hundred to seven hundred dollars. Yet, this steely farmer was determined to keep her two oldest daughters in high school despite the almost insurmountable twenty dollar-a-month fees. "We want them to finish," she said. "We try our best."

There was nothing to eat in the damp one-room hut but she offered black tea, a seat on a dry wooden platform and, most important, her time on a particularly busy day. Such generosity typified our stops throughout Vietnam. Northerners and Southerners remained divided by history, ideology and character. But almost all possessed an inborn dignity that allowed them to survive decades of pain and loss with uncommon grace. Losses on both sides were immense. More than three million civilians and soldiers died. We never traveled far before stumbling on relics of the war — rusting metal of crashed airplanes, archaeological digs for the remains of American soldiers, the amusement park at the Cu Chi Tunnels. Some twenty-five thousand people, civilians and soldiers, died in those tunnels. Now, you could crawl through the dank spaces for kicks or fire an automatic weapon for a buck a bullet.

The war rarely came up without prompting. Yet in almost every home I found a family altar that displayed black-and-white photographs of Vietnamese killed in the fighting or during the aftermath, which included concentration camps, deadly voyages on old boats and cruel poverty.

Once, we picked up a young man and his uncle hitchhiking on Highway 1. They were heading toward Truong Son, the national cemetery for communist soldiers. More than two decades after the war's end, they still wanted to find the gravestone of a father who had gone to the front and never come home. The young man searched the rows. Finally, he lit a bundle of incense sticks at a marker bearing a name similar to his dad's. I reflected on identical scenes witnessed at the other end of the country.

North and South, Vietnamese grieve the same. Just as they share loss, I learned that they share a dream of giving their children a brighter future, whatever the sacrifice. That stays with me. And so I remember the woman in the delta and her heroic struggle to keep two daughters in school. I remember the bookseller's pride as his son went off to college. I wonder what became of that baby after he was lifted to safety and freedom aboard the French navy boat or the ten-year-old Catholic Hmong girl who followed me around Sa Pa for a day after I bought her a bowl of chicken soup.

I think about the little girl in the pink blouse standing in the rice stalks.

And I think about a man and a woman I never met.

A few months before I left Vietnam, they rose one morning before dawn and wrapped their month-old baby in a blanket. They wrote him a love letter. Then they placed him in front of a hospital and attached an anonymous note asking that he be adopted by foreigners who could give him a better life.

Now that child is my son. ❖

Kristin Huckshorn, left, drinks Jari rice wine near Pleiku, 1997.

About the writer

Kristin Huckshorn opened the Mercury News Vietnam bureau in Hanoi and served as the paper's correspondent from 1994 to 1998. Before that, she worked for the newspaper as a reporter, as a sportswriter, and as its correspondent in Washington, D.C. She is co-founder of the Association for Women in Sports Media. Huckshorn is a graduate of Indiana University. She and her husband live in Tokyo, Japan, with their son, Jack Quang-Huy.

Nhận Định

Chiếc xe của chúng tôi nẩy chồm chồm trên con đường đất dẫn về lại tỉnh Bến Tre.

Đây là lúc kết thúc một ngày dài len lỏi qua các đồng lúa, vườn chuối, rừng cọ, kinh rạch để thăm những nông dân sống sâu trong vùng đồng bằng Cửu Long. Lúc này tôi đang muốn rửa cho sạch đám bụi phù sa và những câu chuyện buồn thảm bằng một vòi nước nóng và một chai bia lạnh.

Tôi liếc sang phía Jim Gensheimer, người nhiếp ảnh viên của tờ San Jose Mercury News cùng du lịch với tôi. Anh đang chăm chú nhìn ra ngoài cửa xe trong lúc chiều tàn chuyển bầu trời sang mầu xanh rực, và những cánh đồng mầu lá mạ chói chan. Lòng tôi chùng xuống. Tôi biết chuyện gì sắp xẩy ra. "Ngừng lại."

Quả thế. Hơn một tiếng đồng hồ sau, chiếc xe vẫn còn đứng bên đường, trong lúc hai người nhân viên bảo vệ của chính quyền mất kiên nhẫn, hút thuốc, đứng ngồi không yên.

Các phụ nữ nông dân đội nón lá, mặc quần đen rộng ống, tụ tập chuyện trò. Một cô gái ẩm người em bé trai, cậu em cao hai bộ, dị dạng, cô cho biết là do ảnh hưởng hóa chất mầu da cam, thứ thuốc khai quang mà binh sĩ Hoa Kỳ đã phun xuống trong thời chiến Việt Nam. Một chú bé khẳng khiu lùa gia súc vào một nghĩa trang liệt sĩ, bỏ cho chúng gặm cỏ giữa đám mộ bia. Khi sự hiện diện của chúng tôi được loan ra, những đứa trẻ tò mò từ khắp phía nhanh nhẩu chạy đến.

Tôi không biết cô bé ấy đã trông thấy chúng tôi vào lúc nào.

Cô bé con đi lách theo bờ ruộng. Cô dừng lại gần đường, đứng trong đám lúa. Cô bé mặc chiếc áo cánh mỏng, in những đóa hoa hồng. Hai cánh tay mảnh mai mầu nâu rám nắng. Một cổ tay trưng ra cái vòng, mà tôi ngờ đây phải là một tài sản quý giá của cô bé, một cái vòng đeo tay bằng nhựa, mầu tím.

Cô bé con không vui không buồn, không ngạc nhiên mà cũng không phiền hà khi Jim hướng ống kính chụp hình. Sau này, khi nhìn tấm ảnh, mắt tôi không rời được khuôn mặt cô bé.

Đấy là vẻ đẹp, là sự khốn khó, đấy là phẩm cách cao quý mà chúng tôi đã đối diện và lại đang đối diện. Khuôn mặt của cô bé là khuôn mặt của Việt Nam.

Nỗi đau và cái đẹp.

Jim và tôi cùng thực hiện một chuyến du hành Việt Nam cho tờ Mercury News, tờ nhật báo Mỹ đầu tiên đã mở văn phòng tại nước này kể từ khi chiến tranh chấm dứt ngày 30 tháng Tư, 1975. Chúng tôi đã ghi lại hàng trăm hình ảnh, hàng trăm câu chuyện. Quan trọng hơn cả, chúng tôi đã chứng kiến những chấn động xã hội, kinh tế, những biến đổi chính trị đang thử nghiệm và chuyển hóa đất nước này trong lúc Việt Nam nhô lên từ tình trạng cô lập của thời hậu chiến.

Những chuyến đi ấy đã đưa chúng tôi từ các trung tâm thành thị đang hồi phục ở Hà Nội và Thành Phố Hồ Chí Minh, men hai ngàn dậm Anh theo bờ duyên hải, đến những làng bản xa xôi của các nhóm dân thiểu số vùng cao nguyên trung phần và vùng cực bắc.

Những bà già gặt lúa bằng tay với cái máy lỗi thời, trong lúc các cô con gái của họ lột vỏ tôm xuất cảng tại các nhà máy thực phẩm đông lạnh, kỹ thuật cao cấp. Những người khách trong một đám cưới miền quê dọn cho chúng tôi bữa ăn trưa đơn sơ với thịt đông và bánh gói. Những người vận tang phục trắng, gia đình của một thanh niên bị thiệt mạng vì tai nạn xe cộ đã mời chúng tôi đi đưa đám, đám tang nối đuôi đi trên con đường bờ biển vùng bắc, trên cùng một con đường mà người thanh niên đã chết.

Những người trẻ, đa số sinh sau thời chiến, đã chia sẻ với nhau những giấc mộng vẩn vơ. Cha mẹ họ, những người trung niên tại miền Bắc lẫn miền Nam, đã biểu lộ sự bực bội đối với những lãnh tụ Cộng Sản cứng ngắc ở trong nước. Ông bà họ, những người sống sót qua nửa thế kỷ chiến tranh và sự bần cùng của thời hậu chiến, đã ngạc nhiên thích thú với sự thịnh vượng của thời đại mới mẻ, nhưng lại băn khoăn lo ngại cho những truyền thống đang vuột đi.

Thời gian làm việc của tôi là bốn năm rưỡi. Trong thời gian ấy, Hoa Kỳ đã tháo bỏ lệnh cấm vận, bình thường hóa quan hệ ngoại giao, gửi viên đại sứ đầu tiên đến Hà Nội. Xe hơi cũ, xe gắn máy Honda đã thay thế cho xe đạp Trung Quốc và xe xích lô hai mươi xu Mỹ một chuyến. Những ngôi biệt thự cũ nát từ thời thuộc địa Pháp đã được hạ xuống lấy chỗ cho những tòa cao ốc bằng đá rửa cao vọi, làm văn phòng cho các công ty nước ngoài. Đà phát triển kinh tế dâng lên. Kèm theo sự tăng trưởng ấy là những nỗi ước mong trong đời sống hàng ngày của người dân Việt. Nhưng rồi các lãnh tụ của họ lại đi đến chủ trương tiếp tục kiểm soát chính trị trên khắp những công cuộc cải tổ đã chuyển động nhanh, nền kinh tế lại bắt đầu khặc khừ. Tôi đã chứng kiến tình trạng vỡ mộng gia tăng và những vụ biểu tình phản đối bục ra.

Cái khoảng cách giữa kẻ có người không cũng mở rộng. Các thanh niên thiếu nữ rời bỏ ruộng đồng để nhận những công việc nhà máy với đồng lương đáng thèm, như làm thợ ráp nối xe vận tải nhẹ cho hãng Ford, thợ đóng giầy vải cho hãng Nike. Những người khác, chân đi dép cao-su mang dấu ấn của nguồn gốc thôn dã, họ di chuyển lên các thành phố để tìm những việc làm vặt vãnh. Jim chụp được một tấm hình của bốn thanh niên trên vỉa hè Hà Nội chống tay lên mấy cái cưa rẻ tiền, với cái nhìn trơ trọi và lạc lõng của những kẻ xa nhà.

Những khoảnh khắc nhỏ nhoi như thế đã mang đến sự thật rộng lớn hơn, và Jim đã tìm ra hàng trăm khoảnh khắc như thế trong chuyến hành trình dài mười ba năm vào, ra xứ sở này.

Jim từng có mặt trên chiếc tầu Hải Quân Pháp giữa lúc các thủy thủ đang bế chặt lấy một đứa bé sơ sinh bốc lên từ con tầu của thuyền nhân trong biển Nam Hải. Hàng ngàn người ấy cuối cùng đã đến thành phố San Jose, tiểu bang California và những địa điểm an toàn khác. Hàng ngàn người khác hoặc hơn, đã bỏ mạng trong những vùng biển dữ dội hay trong tay hải tặc. Trong một chuyến khác, chúng tôi theo một thanh niên định cư tại San Jose, trở về thành phố Hồ Chí Minh vào dịp Tết để đoàn tụ với mẹ lần đầu tiên sau mười sáu năm trời. Phút giây ấy, một phút giây vừa ngọt bùi vừa cay đắng. Bà cụ ôm chầm lấy con trai, rồi trách sao con đã không về sớm hơn để vĩnh biệt cha trong lúc lâm chung.

Giống như người Việt Nam, chúng tôi thức dậy sớm. Nhờ thế chúng tôi đã gặp được những con người trong làn ánh sáng lạ thường của những buổi rạng đông tỏa trên khắp bờ biển mầu nước bạc, các đồng lúa, ngôi chợ và những con đường thành phố. Trong ánh sáng ấy, Jim đã tìm thấy được cả hai hình ảnh: những chàng trai trẻ dũng mãnh đang dang tay chân bên bờ hồ giữa phố phường Hà Nội, lẫn hình ảnh một người cụt một chân đang lê lết trên con đường cao nguyên Trung Việt.

Đúng thế, không phải tất cả các hình ảnh này đều là những hình ảnh đẹp. Nhưng các hình ảnh này thành thực. Đấy là lý do tại sao tôi vẫn trở lại với những hình ảnh này, những hình

ảnh của cái đẹp, sự khốn khó và phẩm cách cao quý.

Việt Nam là một xứ sở đẹp đẽ lạ lùng. Hãy nhìn kỹ hai người đàn bà đùa sóng trên bãi biển Nha Trang, những chiếc thuyền chèo qua hồ Tây Hà Nội, hoặc khuôn mặt cô bé thuyền nhân sau chín ngày trên biển cả. Tôi đã nhìn không chán mắt mầu mặt trời da cam chiếu qua các con thuyền đánh cá trên sông Hương ở Huế, hay ngắm lũ trẻ chơi đuổi bắt giữa những bức tượng đá hoang tàn của cố đô.

Thật quyến rũ khi dừng bước tại một khu chợ lộ thiên. Những thúng, mủng nặng trĩu cam, quít, hoặc những miếng thịt máu me dặm vào những mảng mầu tươi rói. Tôi yêu đóa hoa sen trắng bụ bẫm xếp trong chiếc thau nhựa và những cành mai, đào với vô số hoa vàng, đỏ nở rộ trước ngày nghỉ Tết. Tôi vui thích với những khám phá bất ngờ như khi tìm ra được những vườn trồng nho và chế rượu nho ở Phan Rang, vẻ rạng rỡ của các cô gái thiểu số người Mường, vẻ dịu dàng của một bà cụ nông dân già nua với đôi bàn tay xương xẩu.

Chẳng trách là đã có biết bao nhiêu cuốn sách hình từng mô tả Việt Nam như một nơi chốn đáng yêu, đầy hương vị đường xa xứ lạ và đơn sơ giản dị. Nhưng cách tường thuật theo kiểu những bức tranh phun mầu sắc lờ mờ ấy đã làm cho tôi phiền lòng. Bởi Việt Nam với tất cả những vẻ đẹp thiên nhiên của đất nước ấy, lại vẫn còn là một trong những xứ sở nghèo nàn nhất và đông dân nhất thế giới. Hàng triệu con người vẫn còn phải xoay sở để tồn tại bằng cây lúa. Nửa số trẻ con trong nước vẫn thiếu ăn. Đùi vế ngập sâu trong bùn ruộng, những nụ cười mến khách của các phụ nữ nông dân không bao giờ có thể che lấp được những gì mà tôi biết là khắc nghiệt biết bao nhiêu cho cuộc đời của họ. Ở một tỉnh miền Nam, khi chúng tôi đang thăm hỏi một người cán bộ trung kiên về các nạn nhân thuốc khai quang trong thời chiến, thì người vợ đột nhiên chen vào nói rằng "Vấn đề của chúng tôi không phải là vấn đề Hóa Chất Mầu Da Cam. Mà là vấn đề Thiếu Dinh Dưỡng."

Nông dân chiếm đến tám mươi phần trăm dân số, và gần như mỗi ngày thức dậy họ vẫn còn phải chiến đấu với các lực lượng thù nghịch: đất đai không đủ, cán bộ địa phương ti tiện và nhũng lạm, hoặc những trận bão rắc reo tàn phá.

Và chiến đấu, thì họ luôn luôn chiến đấu. Người Việt Nam sống sót được là nhờ không ngớt tái tạo ra mình. Họ vừa gan góc kiên cường, kiêu hãnh, vừa là những con người cơ hội, có cái khôn khéo Kẻ Chợ. Tôi đã thấy điều ấy trên khuôn mặt những cô hoa hậu trẻ trung xuất hiện trong một buổi trình diễn ảo thuật ở thành phố Hồ Chí Minh, Sài Gòn cũ. Tại hậu trường, những người phụ nữ dạn dầy ngồi đánh bài, hút thuốc. Trên sân khấu, họ biến thành những cô gái e lệ, vui tươi và trẻ trung.

Thoạt đầu, cái tính chất đổi thay như các kẻ ấy làm cho tôi bối rối bất an. Nhưng tôi đi đến chỗ ý thức rằng chính cái tính chất thông minh độc đáo để đối phó với tất cả những hoàn cảnh khó khăn lạ lùng đã sinh sản ra một dân tộc đáng chú ý.

Tôi đã gặp một người đàn ông như thế trên đỉnh đèo Hải Vân, cái đèo nổi lên giữa hai thành phố duyên hải miền trung, Đà Nẵng và Huế. Hai thành phố chỉ cách nhau có sáu mươi dậm Anh. Nhưng cái huyết mạch duy nhất nối liền hai miền nam bắc của đất nước, cái quốc lộ số 1 với hai lằn đường lỗ chỗ ổ gà, đã hư hại đến nỗi các chuyến xe đi lại giữa hai thành phố này thường phải mất đến ba tiếng đồng hồ.

Tôi dừng trên đỉnh đèo để duỗi chân cho thoải mái. Bấy giờ người nước ngoài trở lại Việt Nam hãy còn ít, lập tức tôi đã bị lũ trẻ bán kẹo bánh và Coca-Cola vây quanh la ó mời mọc. Giữa những tiếng ồn ào ấy, một người đàn ông quần áo rách rưới cất tiếng nói bằng một thứ Anh ngữ giọng Mỹ không vấp váp, "Ma'am, would you like a Coke?" - "Thưa Bà, bà có muốn dùng Coca-Cola hay không?"

Chúng tôi nói chuyện. Lúc niên thiếu, anh đã từng phục vụ rượu tại một cái quán mà lính Mỹ năng lui tới. Đến thời gian họ bỏ Đà Nẵng, anh đã nói được tiếng Anh lưu loát. Điều này cho thấy anh Chí là thành phần ngụy. Trong suốt hai mươi năm kế tiếp, anh ta không bao giờ sử dụng Anh ngữ tại nơi công cộng. Anh và người vợ sống trôi nổi chật vật bằng cách bán nước ngọt, làm thuê làm mướn trong ruộng.

Giờ đây, lúc người nước ngoài đã quay về, anh Chí bắt đầu trui luyện lại cái khả năng hao mòn của mình. Thoạt tiên, anh nói chuyện với các du khách trên đỉnh đèo. Một số, trong đó có tôi, bắt đầu thuê mướn anh làm người hướng dẫn và thông dịch. Năm tiếp theo, anh đã có được những tấm danh thiếp rẻ tiền, in tên, và chỉ dẫn lối đến căn nhà một phòng của anh nằm sát bên làn nước biển xanh biếc. Anh thu xếp trao lại cái nghiệp vụ bán nước ngọt cho đám trẻ con trong địa phương.

Với những thanh thiếu niên Việt Nam đang hết sức muốn học Anh ngữ, anh khám phá ra rằng khả năng dậy học của anh đang được đòi hỏi. Năm kế đó, một ông đốc công xây cất người Úc gặp anh trên đỉnh đèo, thuê anh trông nom nhóm thợ xây cất người Việt tại một khách sạn nghỉ mát ở Đà Nẵng. Một nhà xây cất khác lại thuê anh làm giám thị cho một toán thợ lớn hơn. Vào thời gian tôi rời Việt Nam, anh Chí đã có giá đến độ

được chuyển về văn phòng trụ sở chính tại Thành Phố Hồ Chí Minh. Anh đã có điện thoại cầm tay. Anh đã thuộc thành phần trung lưu. Anh bảo tôi là "Rút cục, ban đêm tôi đã ngủ được."

Trong một chuyến đi khác, lúc tôi đang nhấm nháp ly nước cốt dưa hấu tươi trên một bãi biển dành cho du khách ở miền nam, thì một chú bé đến gần, cố mời tôi mua một cuốn sách bìa mỏng loại giật gân đã lỗi thời. Chú nói tiếng Anh đủ cho tôi hiểu cha chú có một hiệu sách nằm ở cuối đường.

Cái hiệu sách, hóa ra chỉ là một quầy kính đơn sơ đặt trên vỉa hè, ban đêm thắp sáng bằng một ngọn đèn khí lờ mờ. Cha chú bé này đã phục vụ trong quân đội miền Nam Việt Nam, sau chiến tranh phải đi tù. Vì quá trình ấy, ông không tìm ra được việc làm.

Trong vài năm kế đó, tôi đã gửi cho ông qua bưu điện một số sách bìa mỏng mới ra. Các thân hữu đến thăm khu vực này, gặp ông, cũng làm như thế. Làn sóng du khách kéo đến mang thêm khách hàng. Công việc bán buôn bé nhỏ này phát triển mạnh. Ông ta đã dành được đủ tiền cho chú con trai lớn nhất ghi tên vào đại học Đà Lạt. Cũng giống như người đàn ông này, hàng ngàn người Việt đã bắt đầu cải thiện cuộc sống của họ bằng cách nắm lấy thời cơ của nền kinh tế thị trường mới mọc lông cánh như nắm lấy một thân nhân thất lạc lâu ngày. Cũng giống như người con trai của ông bán sách, hàng ngàn người trẻ hiện đang vội vã đổ vào các đại học để học Anh ngữ và khoa học điện toán.

Vậy mà, trong thời gian sắp hết nhiệm kỳ của tôi - đúng vào lúc thế hệ này bắt đầu tốt nghiệp và bước vào thị trường việc làm - thì cuộc cải tổ mới nẩy nở lại bị đứng khựng lại dưới sức kiểm soát chính trị, một sức nặng không khoan nhượng. Đầu tư nước ngoài tụt hẳn xuống. Nạn sa thải nhân công xẩy ra trong các nhà máy, chận đứng kế hoạch vượt thoát cái nghèo bằng cách tập trung lao động vào sản xuất để xuất cảng. Sự thịnh vượng từ các thành thị đến thôn quê khô kiệt.

Không ai cảm thấy được tình trạng thoái bộ này sâu sắc hơn là các nông dân. Tại tỉnh Thái Bình, cách Hà Nội tám mươi lăm dậm Anh về hướng đông nam, những người đàn ông, đàn bà trong thời chiến từng phục vụ như những người lính bộ binh Cộng Sản, giờ đây đã không còn đếm xỉa đến những luật lệ cấm đoán tự do ngôn luận, những luật lệ cấm đoán việc phản đối chính trị, họ đã nổi dậy chống sưu cao thuế nặng, chống nạn tham nhũng lan tràn trong đảng.

Tại vùng đồng bằng lụt lội, chúng tôi gặp một người đàn bà

26

đang bán số lúa mà bà đã gặt bằng đôi bàn tay của bà với giá bảy xu một cân Anh. Việc phá giá tiền tệ Việt Nam có nghĩa là lợi tức của gia đình bà từ tám trăm mỹ kim, giảm xuống chỉ còn có bảy trăm mỹ kim một năm. Vậy mà người nông dân sắt đá này vẫn quyết tâm duy trì cho hai cô con gái lớn theo học trung học, bất kể món học phí hai mươi mỹ kim một tháng hầu như là một trở ngại khó có thể vượt qua. Người đàn bà cho biết: "Muốn cho các cháu được học hành xong xuôi...chúng tôi phải cố gắng hết sức."

Không có gì để ăn trong cái chòi một phòng ẩm ướt, nhưng người đàn bà đã mời khách uống trà đen, mời ngồi trên cái phản gỗ khô ráo, và quan trọng hơn cả, bà đã dành thời giờ của bà cho chúng tôi trong một ngày đặc biệt bận rộn. Người miền Bắc và người miền Nam hiện vẫn còn chia cách nhau vì lịch sử, vì ý thức hệ và vì cá tính. Nhưng gần như dân chúng ở tất cả các miền tại Việt Nam đều có những phẩm cách bẩm sinh làm cho họ sống sót được qua những thập niên đau thương và mất mát, với một vẻ cao quý phi thường. Những mất mát tại cả hai miền đều là những mất mát lớn vô kể. Hơn ba triệu thường dân và những người lính đã chết. Không một chỗ nào chúng tôi đi qua mà không gặp di tích của chiến tranh - từ những mảnh kim khí rỉ sét của những chiếc máy bay rớt, những cuộc khai quật di cốt lính Mỹ, khu công viên vui chơi tại địa đạo Củ Chi. Khoảng hai mươi lăm ngàn người, thường dân và binh sĩ, đã chết trong những địa đạo này. Giờ đây, quý vị có thể bò qua những địa đạo với không gian nhớp nháp ấy để mua vui hoặc để bắn một khẩu súng tự động với cái giá mỗi viên đạn một đô la.

Ít ai nhắc nhở gì đến chiến tranh trừ phi có người hỏi tới. Vậy mà gần như trong mỗi căn nhà tôi đều thấy có một bàn thờ gia đình, bầy những bức ảnh trắng đen của những người Việt đã bị chết trong chiến đấu, hoặc chết vào thời hậu chiến - cả chết trong trại học tập, chết trên đường vượt biên lẫn chết vì cái nghèo khắc nghiệt.

Có một lần, chúng tôi ngừng xe cho một thanh niên và cho người chú của anh ta đi nhờ trên quốc lộ số 1. Họ đang trên đường đi đến nghĩa trang Trường Sơn, cái nghĩa trang quốc gia của những người lính Cộng Sản. Hơn hai thập niên sau khi chiến tranh kết thúc, họ vẫn còn muốn tìm nấm mồ của người cha đã ra tiền tuyến và không bao giờ trở lại nhà. Anh thanh niên lui cui tìm kiếm mãi tại những dẫy mộ. Cuối cùng, anh ta bèn châm một bó nhang đặt lên nấm mồ có tấm bia ghi một cái tên tương tự như tên của cha anh. Tôi ngẫm nghĩ đến những cảnh tương tự mà tôi đã chứng kiến tại hai miền đất nước này, người Bắc và người Nam, người Việt hai miền đều đau thương

như nhau cả.

Tôi hiểu ra được là chẳng những họ đã chia sẻ với nhau những mất mát, mà họ còn chia sẻ với nhau những giấc mơ cho con cái họ có được một tương lai tươi sáng hơn, bất kể họ phải hy sinh đến đâu. Điều ấy giờ đây đang hiện diện bên tôi. Và vì thế mà tôi nhớ đến người đàn bà trong vùng đồng bằng với cuộc chiến đấu anh hùng của bà để duy trì việc học cho hai cô con gái. Tôi nhớ đến niềm kiêu hãnh của người đàn ông bán sách lúc con đi học đại học. Tôi tự hỏi chẳng biết chú bé sơ sinh được bế lên an toàn và tự do trên chiếc tầu Hải Quân Pháp, chú bé ấy đã trở thành một người như thế nào, hoặc cô bé con mười tuổi người Mường theo đạo Công Giáo, cô bé đã đi theo tôi loanh quanh ở Sa Pa suốt một ngày sau khi tôi mua cho cô bé một bát cháo gà, cô bé ấy ngày nay ra sao.

Tôi nghĩ đến cô bé gái mặc chiếc áo cánh hồng đứng giữa những cây lúa.

Và tôi nghĩ đến một người đàn ông và một người đàn bà mà tôi chưa hề được gặp.

Vài tháng trước khi tôi rời khỏi Việt Nam, họ thức dậy lúc sáng sớm, trước rạng đông, họ bọc đứa con một tháng trong cái chăn. Họ viết cho đứa bé một lá thư đầy thương yêu. Họ đặt đứa bé trước cửa một bệnh viện, gắn theo tấm giấy ghi chú, yêu cầu cho con họ được làm con nuôi người ngoại quốc nào có thể mang lại cho nó một cuộc đời tốt đẹp hơn.

Ngày nay đứa bé ấy là con trai tôi. ❖

Vài giòng về người viết

Kristin Huckshorn là người ký giả đã khai trương Văn Phòng Mercury News Việt Nam đặt tại Hà Nội, và phục vụ tờ báo này từ năm 1994 đến năm 1998. Trước đó, bà đã từng làm việc cho tờ báo với tư cách phóng viên, biên tập viên thể thao, và ký giả của tờ báo đặt tại thủ đô Hoa Thịnh Đốn. Bà là đồng sáng lập viên của Hội Phụ Nữ hoạt động trong ngành báo chí thể thao. Bà Huckshorn tốt nghiệp đại học Indiana. Bà và chồng hiện sống ở Đông Kinh, Nhật Bản, với con trai của họ là Jack Quang Huy.

Vietnam

Việt Nam

Schoolgirl Pedals Home, Danang, 1997
Nữ sinh đạp xe về, Đà Nẵng

Morning Commute Across Saigon River, Ho Chi Minh City, 1994
Đò buổi sáng qua sông Sài gòn, TP Hồ Chí Minh

Exercise at Sunrise, Hoan Kiem Lake, Hanoi, 1995
Thể dục lúc rạng đông, Hồ Hoàn Kiếm, Hà Nội

Amputee, Pleiku, 1997
Người cụt, Pleiku

Women Wait Outside Ho Chi Minh's Tomb, Hanoi, 1997
Phụ nữ chờ ngoài lăng Hồ Chí Minh, Hà Nội

Missile Ride at Saigon Zoo, Ho Chi Minh City, 1989
Lái hỏa tiễn ở Thảo Cầm Viên, TP Hồ Chí Minh

Street Cleaning, Vung Tau, 1989
Quét đường, Vũng Tàu

Street Crossing, Ho Chi Minh City, 1989
Qua đường, TP Hồ Chí Minh

Transporting a Pig to Market, Hue, 1997
Chở heo ra chợ, Huế

Open-Air Market, Hue, 1997
Chợ họp ngoài trời, Huế

Meat Market, Hanoi, 1997
Chợ thịt, Hà Nội

Walking on Rice, Tay Son, 1997
Đạp lúa, Tây Sơn

Sorting Corncobs, An Khe, 1997
Lựa bắp, An Khê

Preparing a Rice Paddy, Danang, 1997
Sửa soạn ruộng lúa, Đà Nẵng

Albino Water Buffalo, Ky La, 1994

Trâu trắng, Kỳ La

Woman With Lacquered Teeth, Bat Trang, 1989
Phụ nữ răng hạt huyền, Bát Tràng

44
refer to notes
Xem ghi chú

Washing Vegetables in the Perfume River, Hue, 1997
Rửa rau bên sông Hương, Huế

Honoring the Dead, Tam Coc, 1997
Đám tang, Tam Cốc

refer to notes
Xem ghi chú

Waiting for a Ferry to Can Gio, Ho Chi Minh City, 1997
Chờ phà đi Cần Giờ, TP Hồ Chí Minh

Boat Ride to Perfume Pagoda, My Duc, 1995
Thuyền đi chùa Hương, Mỹ Đức

Playing Hide-and-Seek at the Tomb of Khai Dinh, Hue, 1994
Chơi trốn tìm ở lăng Khải Định, Huế

refer to notes
Xem ghi chú

Construction of a New House, Hanoi, 1997
Xây nhà mới, Hà Nội

Playing Soccer With a Small Ball, Ho Chi Minh City, 1997
Đá banh với quả bóng nhỏ, TP Hồ Chí Minh

Pregame Warmup, Ho Chi Minh City, 1997
Khởi động trước trận đấu, TP Hồ Chí Minh

Youths Relax After a Game of Beach Soccer, Nha Trang, 1997
Thiếu niên nghỉ ngơi sau trận banh, Nha Trang

Mannequin "Prisoner" in the Hanoi Hilton, Now a Museum, Hanoi, 1997
Hình nhân "Tù Binh" tại Hỏa Lò (Hà Nội Hilton), nay là Nhà Bảo Tàng, Hà Nội

refer to notes
Xem ghi chú

Shadows of the United States Embassy, Ho Chi Minh City, 1995
Bóng râm tòa đại sứ Hoa Kỳ, TP Hồ Chí Minh

A U.S. Veteran Returns, Vung Tau, 1989
Một cựu chiến binh Mỹ quay lại Việt Nam, Vũng Tàu

War Remnants Museum (Formerly Called the Museum of Chinese and American War Crimes), Ho Chi Minh City, 2000
Viện Bảo Tàng Di Tích Chiến Tranh, TP Hồ Chí Minh

Standing Guard Outside Opera House, Ho Chi Minh City, 1995
Lính canh, TP Hồ Chí Minh

Amerasians Wait for Exit Visas, Ho Chi Minh City, 1989
Các em Mỹ lai chờ giấy xuất cảnh, TP Hồ Chí Minh

refer to notes
Xem ghi chú

MIA Dig Site With 1968 Photograph, Lang Vay, 1995
Chỗ khai quật di hài lính Mỹ so với tấm ảnh năm 1968, Lang Vay

refer to notes
Xem ghi chú

Repatriation Ceremony for Recovered MIA Remains, Hanoi, 1995
Lễ hồi hương di cốt lính Mỹ mất tích, Hà Nội

Paying Tribute, Truong Son National Cemetery, 1997
Tưởng niệm người quá cố, Nghĩa Trang Quốc Gia Trường Sơn

GI Cigarette Lighter for Sale, Hue, 1994

Hộp quẹt của lính Mỹ bán tại Huế

refer to notes
Xem ghi chú

New Zealand Tourist Fires an AK-47, Cu Chi, 1997
Du khách Tân Tây Lan bắn AK-47, Củ Chi

refer to notes
Xem ghi chú

Bunker, Hai Van Pass, 1997
Lô cốt, đèo Hải Vân

An Entrance to Tunnels, Cu Chi, 1997
Một miệng hầm dẫn vào địa đạo Củ Chi

Cattle Graze at a Veterans' Cemetery, Ben Tre, 1995
Bò gặm cỏ trong nghĩa trang liệt sĩ, Bến Tre

A Vietnamese-American Returns, Hanoi, 1994
Một Việt Kiều ở Mỹ về thăm quê hương, Hà Nội

Brother and Sister Meet After Nineteen Years Apart, Nha Trang, 1993
Anh em đoàn tụ sau 19 năm xa cách, Nha Trang

refer to notes
Xem ghi chú

Retired One-Star General, Hanoi, 1994
Tướng một sao hồi hưu, Hà Nội

refer to notes
Xem ghi chú

Wedding Day, Nha Trang, 1993
Ngày cưới, Nha Trang

71
refer to notes
Xem ghi chú

Elder at Wedding Party, Nha Trang, 1993
Cao niên trong tiệc cưới, Nha Trang

Woman's Hands, Nha Trang, 1993
Bàn tay phụ nữ, Nha Trang

A Woman With Alzheimer's Disease, Hoi An, 1993
Một bà mắc bệnh mất trí, Hội An

refer to notes
Xem ghi chú

A Beggar Sleeps in Christmas Confetti, Ho Chi Minh City, 1993
Một hành khất ngủ trong đám giấy mầu Giáng Sinh, TP Hồ Chí Minh

Incense Sticks and Garbage Outside Vinh Nghiem Pagoda, Ho Chi Minh City, 1993
Nhang và rác ngoài chùa Vĩnh Nghiêm, TP Hồ Chí Minh

Vietnam Golf and Country Club, Ho Chi Minh City, 1995
Câu lạc bộ đánh gôn, TP Hồ Chí Minh

Viet Kieu Magician Elvis Cong Performs at Opera House, Ho Chi Minh City, 1995
Ảo thuật gia Việt Kiều Elvis Công trình diễn tại nhà hát, TP Hồ Chí Minh

Card Game Backstage at Elvis Cong Show, Ho Chi Minh City, 1995
Chơi bài trong hậu trường buổi trình diễn của Elvis Công, TP Hồ Chí Minh

Soda Vendor, Ho Chi Minh City, 1997
Xe bán nước ngọt, TP Hồ Chí Minh

Clothing Store, Hanoi, 1989
Tiệm quần áo, Hà Nội

Construction Worker, Hanoi, 1997
Công nhân xây dựng, Hà Nội

Hauling Steel at Thai Nguyen Iron and Steel, Thai Nguyen, 2000
Kéo thép tại nhà máy Sắt Thép Thái Nguyên, Thái Nguyên

Ford Assembly Plant, Hanoi, 1997
Nhà máy ráp xe Ford, Hà Nội

Shrimp Peeler, Ben Tre, 1995
Công nhân lột vỏ tôm, Bến Tre

Unemployed Carpenters, Hanoi, 1997
Thợ mộc thất nghiệp, Hà Nội

Ice Skaters, Ho Chi Minh City, 1997
Trượt băng, TP Hồ Chí Minh

Video Game Arcade, Hanoi, 2000
Tiệm trò chơi điện tử, Hà Nội

Karaoke, Hanoi, 2000
Hát Karaoke, Hà Nội

Bar Girl at Vascos, Ho Chi Minh City, 2000
Cô gái bán ba tại tiệm Vascos, TP Hồ Chí Minh

Elderly Woman at Buddhist Temple, Bac Ninh Province, 2000
Một bà cụ tại chùa Phật, tỉnh Bắc Ninh

Royal Dinner for Tourists, Hue, 1997
Bữa ăn vương giả dành cho du khách, Huế

Rice Planting, Ho Tay Province, 1997
Cấy lúa, tỉnh Hà Tây

Thinning Rice, Ky La, 1994
Cấy mạ, Kỳ La

Young Woman Holds Her Teenage Brother, Believed to Be a Victim of Agent Orange, Ben Tre, 1995
Thiếu nữ bồng người em mà người ta tin là nạn nhân hóa chất mầu da cam, Bến Tre

refer to notes
Xem ghi chú

Children, Believed Deformed By Agent Orange, Play at Tu Du Hospital, Ho Chi Minh City, 1997
Trẻ em mà người ta tin là dị hình vì hóa chất mầu da cam, chơi trong bệnh viện Từ Dũ, TP Hồ Chí Minh

Orphanage Children at Play, Danang, 1994
Trẻ mồ côi nô đùa, Đà Nẵng

Teenage Horse Jockeys, Ho Chi Minh City, 1997
Thiếu nhi làm nài ngựa, TP Hồ Chí Minh

Black Hmong Vendors, Sa Pa, 1997
Người Mường bán dạo, Sa Pa

Red Dzao Villagers, Sa Pa, 1997
Người Dao, Sa Pa

refer to notes
Xem ghi chú

Baskets of Firewood, Sa Pa, 1997
Gùi đựng củi, Sa Pa

refer to notes
Xem ghi chú

Black Hmong Boy and Dog, Sa Pa, 1997
Em bé Mường và một chú chó, Sa Pa

102
refer to notes
Xem ghi chú

Black Hmong Villagers, Sa Pa, 1997
Dân làng Mường, Sa Pa

103
refer to notes
Xem ghi chú

Cao Dai Temple, Tay Ninh, 1997
Thánh thất Cao Đài, Tây Ninh

refer to notes
Xem ghi chú

Offerings to Ancestors, Perfume Pagoda, My Duc, 1995
Mâm quả cúng Tổ, chùa Hương, Mỹ Đức

Man Enjoying Morning Swim and Bath, Ho Chi Minh City, 2000
Bơi tắm buổi sớm mai, TP Hồ Chí Minh

Tree Lights Reflected in Hoan Kiem Lake, Hanoi, 2000
Bóng cây phản chiếu trên mặt hồ Hoàn Kiếm, Hà Nội

Pillow and Sheets at The Movie Star Hotel, Pleiku, 1997
Gối và khăn giường ở khách sạn Ngôi Sao Điện Ảnh, Pleiku

Curtains With Bamboo Pattern, Hanoi, 1997
Màn trang trí hình tre trúc, Hà Nội

Bonsai Tree, Hanoi, 1997
Cây cảnh, Hà Nội

Koi Pond, Nha Trang, 1997
Hồ cá Koi, Nha Trang

Dinner Boat on Saigon River, Ho Chi Minh City, 1997
Nhà hàng nổi trên sông Sài Gòn, TP Hồ Chí Minh

Rowboats on West Lake, Hanoi, 1997
Chèo thuyền trên Hồ Tây, Hà Nội

Ocean Bathers, Nha Trang, 1997
Tắm biển, Nha Trang

Morning Walk, Ho Chi Minh City, 1995
Đi dạo sáng, TP Hồ Chí Minh

refer to notes
Xem ghi chú

Tet Flower Vendor, Hanoi, 2000
Người bán hoa đào ngày Tết, Hà Nội

Vineyard, Phan Rang, 1997
Vườn nho, Phan Rang

Afterword

The bright moments come frequently in Vietnam. Sometimes they're small and intimate: a chorus of hellos from some rural schoolchildren, a smile from a shoeless shoeshine boy, a handshake with an old Viet Cong guerrilla who had spent years fighting Americans but had never seen one. And, of course, there are darker moments with more ominous messages: a visit with a Buddhist monk who has spent twenty years in detention, a talk with an unmarried teenager at an abortion clinic, a cup of green tea with a retired war hero who has been kicked out of the Communist Party because he dared to criticize the leadership.

These kinds of moments are everywhere in Jim's photographs, too, and it's almost as if he has used his images to lay out the alternatives for the country's future: whether to continue to be one of the last outposts of stay-away-from-us communism, or whether to join in the global economy and lift the people out of their thatched huts, their stoop labor, their unrelenting poverty.

There are small signs, tentative and quiet, that Vietnam is tiptoeing into the deeper end of the global pool. For most of the twentieth century, for example, life on tiny Binh Khanh island plodded along much as it had for a hundred years. Ramshackle houses, kerosene lamps and, as the folk saying goes, peasants selling their faces to the earth and their backs to the sky. Binh Khanh might be just sixty miles and a short ferry ride from the skyscrapers of Ho Chi Minh City, but until very recently there were just two motorbikes, one battery-powered television and not a single volt of hard-wired electricity on the entire island.

But now, in a tangible testament to the rising tide of globalization, Binh Khanh island is aglow. The French government has funded an electrification project there, and the wires are up and the lights are on. Phone service, satellite TV, filtered water, e-mail, a health clinic, none of these can be far behind.

This is the brightly lit, well-connected, air-conditioned version of Vietnam's future, a version that has already arrived in Hanoi and Ho Chi Minh City. Whether that same kind of future will soon arrive for the rest of Vietnam is one of the great uncertainties facing the country at the outbreak of this new century.

The country's political future seems less uncertain. The Communist Party still turns the screws on the political, religious and cultural life of the nation. The use and spread of the Internet is kept in close check, along with the nation's writers, poets, artists and journalists. All religious activities, from the renovation of a pagoda to the training of a new priest, must be approved by the government. The foreign press is closely watched. And in an absurd bit of paranoia, party censors still pore over incoming copies of foreign newsmagazines, poised to ink out offending passages lest a Vietnamese citizen be contaminated by Newsweek, the Economist or Field & Stream.

The small group of political dissidents inside Vietnam is virtually unknown to the average citizen. The group includes a wizened Buddhist monk, a diabetic old general, a doctor, a physicist, a cloistered novelist. They write angry letters to the government, then get tossed in jail or have their homes raided by the security police. Some of them, like the monk, are fearful enough that they simply stay indoors. "If I go out on the street," he says, "I'm afraid the authorities might arrange a traffic accident for me."

These vestiges of the dark old days are rarely seen by the casual visitor. Much more obvious is the First World consumerism that's now at full volume in both Ho Chi Minh City and Hanoi. If you don't look too closely, it can all seem so modern, so Asian-hip, so vaguely Berkeley or Singapore or Hong Kong. There are the see-through blouses and platform pumps worn by the teenage girls in Ho Chi Minh City, which most people still call Saigon. There's the gay disco in Hanoi. The flat-screen TVs and the rooftop satellite dishes, the $5,000 motorbikes, the Chanel and Vuitton outlets, the video-gaming parlors, the Internet cafes and fancy restaurants. All this in a society that ten years ago was standing in line with ration books to receive meager allotments of meat, rice and cooking oil.

It wasn't so long ago that something as simple as parsley wasn't available in the markets. Now there are kiwis, guava jelly, free-range chickens and Tostitos. Ambitious Saigonese chefs once taught themselves to make passable souffles using smelly Russian cheese; now they have beautifully marbled blocks of Roquefort fresh from France. Not so long ago, only two restaurants in Hanoi were allowed to take U.S. dollars, and one of them had to pretend to be an antique shop to get around the archaic currency laws. Now there are bistros and pizzerias, satay restaurants, tapas bars and wine shops stocked with Cristal Champagne and Chateau Petrus.

The Vietnamese countryside, to be sure, remains thoroughly

impoverished. Vietnam is still an agrarian society, and the rice farmers and coffee growers are at the untender mercies of middlemen and market prices, floods, droughts and typhoons. The Vietnamese farmer is the embodiment of the pain and grace of Vietnam, but with the average rural income barely reaching two hundred dollars a year, this cannot be the glorious socialist future that Marx, Lenin and Ho Chi Minh had in mind. The Vietnamese government and the Communist Party have much to do to reverse the rural neglect. Electricity, clean water, paved roads and solid bridges, more doctors, more teachers, lower taxes, less corruption: These are the big challenges ahead in rural areas.

The "modern" challenges in the cities are just as daunting. Prostitution is rampant, along with domestic violence, teenage abortion, intravenous drug use and AIDS. The cultural conservatives in Hanoi argue that these "social evils" are the poisoned fruit of globalization and modernity, and that the rest of the world can therefore keep its fast food and premarital sex, its cyber-porn and recreational drugs.

Even though there's still not a single McDonald's or Starbucks on the urban landscape, the First World branding of this Third World country has largely been accomplished. Caltex and Kodak, Sony and Siemens, Motorola, Compaq, Fuji and Ford — they're all here, doing business, selling products. Some of them, in spite of a frigid investment climate, are even turning a profit. It's instructive to remember that this absurdly simple notion — making a profit — has been a foreign concept to an entire generation of Vietnamese bureaucrats, the same old guardsmen who went virtually overnight from hauling howitzers along the Ho Chi Minh Trail to running an entire country. One day they're policemen, the next day they're in charge of the central bank. One week they're hiding in a swamp with an AK-47, the next week they're in Moscow, shivering, wearing ill-fitting suits and learning ill-fated economic concepts from their doomed Soviet brethren.

Even now, the mantra of the old Vietnamese leaders continues to be "step by step." It is a catch phrase heard every day in official Vietnam, this tacit endorsement of the nation's cautious, studious, long-haul approach. But in a world that's progressing and changing by leaps and bounds, the old step-by-step template seems ponderous, plodding and painfully out of touch.

The leadership knows it won't be able to hold the people back much longer. The spirit, steel and ingenuity of the Vietnamese will eventually loosen the socialist knots tying them down. As a Western ambassador in Hanoi has put it: "The people keep telling their leaders, louder and louder, 'Get out of our way.' One of these days the leaders are going to hear them, and that's when this economic engine will really start to roar." ❖

Mark McDonald in the tunnels of Vinh Moc, 2000

About the writer

Mark McDonald covers Southeast Asia as the San Jose Mercury News bureau chief in Hanoi. He has worked at the New York Times, the Los Angeles Times, the International Herald Tribune, the Boston Globe and the Dallas Morning News.

BẠT

Ở Việt Nam, những khoảnh khắc tươi sáng luôn luôn kéo đến. Đôi khi chúng nhỏ bé và thân ái như tiếng đồng thanh chào hỏi của đám học trò miền quê, nụ cười của chú bé đánh giầy không có giầy mang, cái bắt tay của ông du kích Việt Cộng già từng nhiều năm đánh Mỹ mà chưa hề thấy Mỹ. Và tất nhiên, cũng có những khoảnh khắc tối tăm hơn, với những thông điệp đáng ngại hơn: Cuộc viếng thăm của một tu sĩ Phật giáo từng trải qua hai mươi năm giam giữ, buổi nói chuyện với người thiếu nữ không chồng tại một bệnh xá phá thai, chén trà xanh bên một người hùng chiến trận hồi hưu nay đã bị trục xuất khỏi đảng Cộng Sản vì dám phê bình lãnh đạo.

Những khoảnh khắc như thế cũng có mặt khắp nơi trong các bức ảnh của Jim, và gần như anh đã sử dụng các hình ảnh của anh để trình bầy những lựa chọn cho tương lai của đất nước Việt Nam: Liệu sẽ tiếp tục là một trong những tiền đồn cuối cùng của chủ nghĩa "tránh ra, chúng tôi là Cộng-Sản", hoặc sẽ tham dự vào nền kinh tế toàn cầu, nâng dân tộc ra khỏi những căn lều tranh, lao lực vất vả và nghèo đói không ngớt.

Có những dấu hiệu nhỏ bé, rụt rè và lặng lẽ, cho thấy Việt Nam hiện đang rón rén bước sâu hơn qua phía thỏa hiệp với toàn cầu. Trong hầu hết thế kỷ hai mươi, chẳng hạn như trường hợp cuộc sống tại cồn Bình Khánh tí hon, hàng trăm năm nay tiến triển chậm chạp. Nhà cửa dột nát, đèn dầu, còn người nông dân thì như tục ngữ bảo là bán mặt cho đất, bán lưng cho trời. Chỉ cách những tòa cao ốc của thành phố Hồ Chí Minh có khoảng sáu chục dặm Anh và một chuyến phà ngắn ngủi, mãi đến gần đây cả cồn vẫn chỉ có hai chiếc xe gắn máy, một cái vô tuyến truyền hình chạy pin, và hoàn toàn không có điện.

Nhưng giờ đây, trong một bằng chứng xác thực của trào lưu toàn cầu hóa đang dâng lên, cồn Bình Khánh đã rạng sáng. Tại đây, chính phủ Pháp tài trợ cho một dự án điện lực, giây đã giăng, đèn đã thắp. Điện thoại, truyền hình bắt qua vệ tinh, nước lọc, điện thư *e-mail*, bệnh xá, không một dịch vụ nào của những tiện nghi này còn có thể bị lọt lại phía sau. Đây là phiên bản tương lai của Việt Nam với đèn thắp sáng sủa, điện nước đầy đủ, không khí điều hòa, phiên bản ấy đã đến với Hà Nội và thành phố Hồ Chí Minh. Liệu cùng một dạng thức tương lai ấy có sớm được thực hiện khắp các nơi khác trên đất nước Việt Nam hay không – câu hỏi này vẫn là một sự bất định lớn lao mà đất nước này đang đối diện vào lúc mở màn thế kỷ mới.

Nhưng tương lai chính trị của Việt Nam lại có vẻ dứt khoát hơn. Đảng Cộng Sản vẫn xiết chặt đời sống chính trị, tôn giáo và văn hóa của đất nước này. Việc sử dụng và phổ biến liên mạng *Internet* cùng với các nhà văn, nhà thơ, nhà báo trong nước vẫn bị kiểm soát chặt chẽ. Tất cả mọi hoạt động tôn giáo, từ sửa chữa một ngôi chùa đến huấn đạo một linh mục mới, nhất nhất đều phải được chính phủ chấp thuận. Báo chí nước ngoài bị canh chừng chặt chẽ. Và trong cái vô lý của bệnh hoang tưởng, những nhân viên kiểm duyệt của đảng vẫn nghiên cứu kỹ các ấn bản sách báo tạp chí từ nước ngoài gửi đến, sẵn sàng bôi mực đen lên những đoạn văn khó chịu để cho người công dân Việt Nam không bị nhiễm độc vì những tờ *Newsweek*, *Economist*, hoặc tờ *Field & Stream* (một tạp chí chuyên về thú cắm trại, câu cá, giải trí ngoài trời).

Việt Nam có một nhóm đối lập chính trị nhỏ, nhưng hầu như các công dân trung bình trong nước không hề hay biết. Nhóm này gồm một tu sĩ Phật Giáo héo hon, một ông tướng già nua bị bệnh tiểu đường, một bác sĩ, một nhà vật lý, một tiểu thuyết gia ẩn dật. Họ thảo những lá thư phẫn nộ gửi chính phủ, rồi bị quẳng vào tù, hoặc bị công an ruồng bố khám nhà. Vài người trong số ấy, như vị tu sĩ Phật Giáo, đã đủ sợ để giản dị náu mình trong phòng. "Nếu bước ra đường," nhà sư cho biết, "Tôi e nhà cầm quyền sẽ dàn xếp cho tôi một tai nạn đụng xe."

Những người bình thường đến thăm viếng hiếm khi có thể thấy các dấu tích của những ngày xưa đen tối ấy. Mà rõ rệt hơn nhiều là thấy cái chủ nghĩa tiêu thụ đang diễn ra cả ở thành phố Hồ Chí Minh lẫn Hà Nội với một khối lượng lớn lao. Nếu không nhìn thật kỹ, tất cả đều có vẻ như rất hiện đại, rất thời thượng Á Châu, tựa như Berkeley, hoặc Tân Gia Ba, hoặc Hồng Kông. Tại thành phố Hồ Chí Minh - mà hầu hết mọi người vẫn cứ gọi là Sài Gòn - có những thiếu nữ đi giầy cao gót, mặc áo mỏng trong suốt. Tại thủ đô Hà Nội, có những quán nhẩy *disco* của giới đồng tính luyến ái. Từ màn ảnh TV đẹp, đĩa ăng-ten vệ tinh bắc trên mái nhà, những chiếc xe gắn máy năm-nghìn-đô-la, đến những đại lý bán các sản phẩm *Chanel* và *Vuitton*, các tiệm trò chơi điện tử, các quán cà phê *Internet*, những hiệu ăn sang trọng, tất cả đều đã có mặt trong một xã hội mà mười năm về trước hãy còn sắp hàng dài với cuốn tem phiếu để nhận chút khẩu phần thịt, gạo, và dầu ăn ít ỏi.

Chỉ mới cách đây không lâu, giản dị như ngay cả rau ngò tây *parsley* các chợ cũng không có. Giờ đây đủ thứ, từ trái *kiwi*, mứt ổi, gà "đi bộ", đến *Tostitos*, thứ bánh tráng bắp của người Mễ. Trước đây, những tay đầu bếp nhiều tham vọng của đất

Sài Gòn từng phải tìm cách dùng loại phó mát Nga nặng mùi để thực hiện món trứng phồng *soufflé*; giờ đây họ đã có từng tảng phó mát *Roquefort* ngon lành và tươi rói từ đất Pháp gửi sang. Cách đây không lâu, Hà Nội chỉ có hai hiệu ăn được phép nhận đô-la Mỹ, trong đó một hiệu còn phải giả dạng bán đồ cổ để qua mặt những luật lệ cổ hủ về tiền tệ. Giờ đây, nào quán rượu *bistro* kiểu Âu châu, hiệu *pizzeria* bán đồ ăn Ý, những hiệu đồ ăn *satay* với các món Mã Lai, Nam Dương, các quán bia *tapas* kiểu Tây Ban Nha có món nhậu, và những gian hàng chất đầy các thứ rượu hảo hạng như *Crystal Champagne* và *Chateau Petrus*.

Nhưng thôn quê Việt Nam, tưởng cũng nên nhắc lại, vẫn còn nghèo khó hết sức. Việt Nam vẫn là một xã hội nông nghiệp, số phận của các nông dân cấy lúa, những người trồng tỉa cà-phê đều phó mặc cả vào tấm lòng nhân hậu mỏng manh của giới trung gian và giá thị trường, lụt lội, hạn hán, bão tố. Người nông dân Việt Nam là hiện thân của nỗi đau và cái đẹp của đất nước Việt Nam, nhưng với lợi tức trung bình ở nông thôn chỉ xuýt xoát hai trăm mỹ kim một năm, thì đây không thể nào là tương lai vinh quang của xã hội chủ nghĩa mà những Marx, Lenin và Hồ Chí Minh đã có trong tâm tưởng. Chính phủ và đảng Cộng Sản Việt Nam hãy còn phải làm việc nhiều mới đảo ngược được tình trạng xao lãng với nông thôn. Điện lực, nước sạch, đường nhựa, cầu cống vững chãi, thêm bác sĩ, thêm giáo viên, thuế má thấp hơn, tham nhũng ít hơn: Tất cả đều là những thách đố lớn đặt ra trước nông thôn.

Tại thành thị, những thách đố "hiện đại" cũng đã làm cho người ta kinh hoảng. Nạn mãi dâm lan tràn, nạn đánh đập trong gia đình, thiếu nhi phá thai, nạn chích ma túy và bệnh AIDS. Những nhân vật bảo thủ văn hóa tại Hà Nội lập luận rằng các tệ đoan xã hội này là kết quả độc hại của hiện tượng toàn cầu hóa và hiện đại hóa, do đó các nước khác trên thế giới có thể giữ lấy chứ đừng xuất cảng vào Việt Nam những kiểu thức ăn dọn nhanh, tình dục trước khi kết hôn, phim ảnh khiêu dâm trên máy điện toán và các thứ thuốc ma túy giải sầu.

Mặc dù thành thị vẫn chưa hề có một hiệu bánh *McDonald* hoặc một tiệm cà phê *Starbuck* nào, nhưng ở một đất nước thuộc về Thế Giới Thứ Ba này, các dấu hiệu của Thế Giới Thứ Nhất đã hiện diện khắp nơi. Những công ty *Caltex, Kodak, Sony, Siemens, Motorola, Compaq, Fuji* và *Ford* – tất cả đều đã có mặt, hiện đang làm thương mại, đang bán các sản phẩm tại đây. Một số trong đó, bất kể bầu khí đầu tư lạnh lẽo, đã kiếm ra được cả tiền lời. Cũng khá bổ ích về phương diện thông tin để nhắc rằng việc kiếm lời – một ý niệm giản dị đến buồn cười – đã từng là một quan niệm ngoại lai xa lạ đối với cả

một thế hệ nhân viên chính phủ Việt Nam; gần như chỉ sau một đêm, cũng những người bộ đội khiêng pháo đi dọc đường mòn Hồ Chí Minh, nay đang là những người điều động toàn thể đất nước. Hôm trước, họ là công an, hôm sau, họ phụ trách ngân hàng trung ương. Tuần trước, họ núp trong đầm lầy với khẩu AK-47, tuần sau họ ở Mạc Tư Khoa, mặc bộ vét không vừa, lạnh run lập cập, và học hỏi những quan niệm kinh tế non yếu của các anh em đồng chí Liên Xô bất hạnh.

Ngay giờ đây, câu kinh nhật tụng của các lãnh tụ Việt Nam già nua vẫn tiếp tục là "tiến từng bước một." Câu khẩu hiệu ấy được nghe hàng ngày trong các giới chính thức tại Việt Nam, nó ngấm ngầm chấp thuận cho cái đường lối thận trọng, kỹ lưỡng, về lâu về dài của đất nước. Nhưng trong một thế giới mà sự tiến bộ và biến chuyển đang diễn ra bằng những bước nhảy vọt, thì cái khuôn mẫu tiến-từng-bước-một ấy có vẻ nặng nề, chậm chạp, và lạc lõng một cách đau thương.

Giới lãnh đạo biết rằng họ sẽ không thể trì kéo nhân dân đi tụt hậu lâu hơn nữa. Tinh thần, ý chí, và tính thông minh tháo vát của người Việt Nam cuối cùng sẽ cởi lỏng những cái nút thắt đang trói chặt họ. Như một đại sứ phương Tây tại Hà Nội từng phát biểu: Nhân dân đang tiếp tục nói với các lãnh tụ của họ, càng ngày càng lớn tiếng, là 'Tránh đường chúng tôi đi'. Một ngày nào, các lãnh tụ sẽ nghe, và bấy giờ là lúc chiếc đầu tầu kinh tế sẽ bắt đầu thực sự rồ máy. ❖

Vài giòng về người viết

Mark McDonald phụ trách tường thuật tin tức Đông Nam Á với tư cách Trưởng Văn Phòng của nhật báo San Jose Mercury News tại Hà Nội. Ông đã từng làm việc cho các tờ New York Times, the Los Angeles Times, the International Herald Tribune, the Boston Globe và tờ the Dallas Morning News.

Photographer's notes

Pages 11-18. On the South China Sea, a French navy frigate pulled Vietnamese refugees to safety in a 1987 rescue effort with two humanitarian groups, Medecins du Monde and Cap Anamour. Some of the refugees had been adrift for days after the engines in their boats gave out. Fearful of pirates, many of the refugees had written addresses of relatives on their bodies or concealed them in the seams of their clothing. The refugees were taken to a refugee camp in Palawan, Philippines, where they waited to be resettled in other countries.

Page 44. A woman with lacquered teeth flashes her smile in Bat Trang. Lacquering the teeth has traditionally been done to protect them from decay. Among older peasant women, it has been considered a sign of beauty and wealth.

Page 46. Wake attendees wear white, the traditional dress for funerals.

Funerals are usually noisy affairs, with much crying and moaning. In some cases, professional mourners are hired to increase the decibel level. Guests who come to pay their respects usually leave an envelope with money and a bundle of incense sticks. Traditionally, people were buried and three years later, their bones were dug up and moved to their home province. Nowadays, more and more people are cremated.

Page 49. Emperor Khai Dinh was part of the Nguyen dynasty, which ruled Vietnam from 1802 to 1945. Khai Dinh's son, Nguyen Bao Dai, was the last emperor of Vietnam.

Page 54. U.S. POWs nicknamed Hoa Lo prison the "Hanoi Hilton." Part of the old prison is now a museum and memorial to the Vietnamese communists, who were held there by French colonialists. There are also photographs of some of the Americans who were held there, including U.S. Ambassador Douglas "Pete" Peterson. But most of the old prison property is now the site for twin skyscrapers that house offices and apartments. The body is a mannequin.

Page 55. Shadows from barbed wire trim the walls of the old U.S. Embassy in Ho Chi Minh City, formerly Saigon. The embassy, since torn down and replaced by a new consulate, was the departure point for many refugees, who left by helicopter in the last days of the South Vietnamese government in April 1975.

Page 56. American Vietnam War veteran Ted Campbell shares a laugh with Vietnamese soldiers during a work break on a construction site. Campbell was part of a team led by Veterans-Vietnam Restoration Project, which returned to Vietnam in 1989 to build a medical clinic in Vung Tau. The clinic was the first of several projects the group completed.

Page 59. In a park across the street from the Foreign Ministry, Amerasians met daily as they waited for exit visas. More than twenty thousand emigrated to the United States under the Amerasian Homecoming Act.

Page 60. Vietnamese workers, led by a U.S. military MIA recovery team, dig for remains at a bunker site overrun in the 1968 Tet offensive in Lang Vay, near the Laotian border. The team was looking for evidence of six men, who were presumed dead. A 1968 photo shows the bunker that was on the site, which has since been quarried for rock. All that remains of the bunker is a piece of the floor, visible in the lower right corner of the current photograph.

Page 61. U.S. military representatives led an MIA repatriation ceremony at Noi Bai International Airport in Hanoi. After the ceremony, the remains of six servicemen were returned to the United States.

More than three million Americans served in the Vietnam War; the remains of two thousand, two hundred and seven were never recovered. The Senate Select Committee on POW/MIA Affairs has concluded that there is no credible evidence that any U.S. service member is still alive in Vietnam.

Page 63. Outside the emperor's palace in Hue, visitors are barraged by vendors selling GI cigarette lighters, which they claim are originals. Most are fake Zippo lighters.

Page 64. Tourists at Cu Chi, which lies about 30 miles northwest of Ho Chi Minh City, can fire an AK-47 or an AR-15 at a target range for one dollar per round.

Page 66. The tunnels at Cu Chi also have been turned into a tourist destination. A guide shows how an entrance was concealed by leaves. The National Liberation Front (Viet Cong) used the extensive tunnels as virtual cities, with living quarters, command centers and field hospitals. This area was among the most heavily bombed and defoliated, as U.S. troops attempted unsuccessfully to root out the Vietnamese civilians and soldiers inside. The Vietnamese government has said it lost twenty-four thousand soldiers and civilians in the tunnels.

Pages 68-74. American journalist De Tran's family left Vietnam in 1975, when he was twelve years old. In the chaos surrounding their exodus, his sister, Lan, was left behind. Years later when a reunification would have been possible with her immigration to the United States, she decided to stay in Nha Trang, where she had grown up with extended family.

Tran returned to visit after living nineteen years in California. He met his sister for the first time since the war on the eve of her wedding.

During his two-week visit, Tran visited an aunt, Tran Thi Kien, in Hoi An, the central coast town where his father and uncle grew up fighting the colonial French. Suffering from Alzheimer's disease, she did not remember him.

When the country split, so did the Tran brothers. De Tran's father went south and eventually supplied food for the South Vietnamese army. His uncle, Tran Thanh Hoe, went north with Ho Chi Minh's forces. In Hanoi, De Tran visited his uncle, who was then a retired one-star general. Another uncle died while on a combat mission for the South Vietnamese Air Force.

Tran's family story is similar to that of many "Viet Kieu," who return each year to Vietnam.

Page 95. Do Thi Be Ba holds her eighteen-year-old brother, Do Van Be Sau, who she says is deformed because of Agent Orange. During the war, a U.S. major declared of their once-lush village near the town of Ben Tre, "It became necessary to destroy the town to save it." The U.S. military dropped eleven million gallons of defoliants on Vietnam in order to destroy natural cover for enemy bases. Agent Orange has been linked to birth deformities and cancer.

Pages 99-103. The Black Hmong and Red Dzao are two of the fifty-four minority tribes that live in the mountain regions in Vietnam. Both groups live near the Chinese border, from where they emigrated more than two hundred years ago.

Tourism supplements the incomes of these mountain farmers through the sale of traditional clothing and jewelry. But the influence of foreign and domestic tourism has diluted their cul-

ture. Young girls who sell trinkets today often wear Western makeup.

The demand for wood has led to considerable environmental damage around Sa Pa and throughout northern Vietnam. Many cash-starved remote villages illegally gather and sell wood to Chinese traders. Families also need wood for fuel, housing and income.

Page 104. By fusing secular and religious philosophies of both east and west, Cao Daism seeks to create the one perfect religion. Founded by Ngo Minh Chieu in Vietnam in the early 1920s, the religion today has about two and one-half million followers, mostly in the south. Today, the government keeps a close watch on the Cao Dai and their activities, limiting meetings and gatherings and persecuting Cao Dai leaders. Cao Dai's main temple and headquarters is in Tay Ninh.

Page 115. Two amputee war veterans make their way down a Ho Chi Minh City street. It is impossible to know how many servicemen lost limbs. Hanoi says two million civilians and one million of its soldiers were killed in the war. The United States says two hundred thousand South Vietnamese soldiers died; fifty seven thousand, nine hundred thirty-nine U.S. servicemen were killed or listed as missing.

Ghi chú của nhiếp ảnh gia

Trang 11-18. Năm 1987, trong nỗ lực giải cứu thuyền nhân với hai nhóm hoạt động nhân đạo là Medecins du Monde và Cap Anamour, một tầu khu trục của hải quân Pháp đã đi vớt người tỵ nạn Việt Nam trên biển Nam Hải. Một số người tỵ nạn trôi nổi trên mặt biển nhiều ngày sau khi tầu hỏng máy. Nhiều người vì e sợ hải tặc nên đã phải viết địa chỉ thân nhân lên thân thể hoặc dấu địa chỉ vào lai quần áo. Các thuyền nhân này được đưa vào trại tỵ nạn tại Palawan, Phi Luật Tân, họ chờ đợi tại đây để đi định cư tại các quốc gia khác.

Trang 44. Một phụ nữ ở Bát Tràng nở nụ cười với răng đen ngời sáng. Nhuộm răng là cổ tục để bảo vệ răng. Đối với các phụ nữ nông dân lớn tuổi, răng đen hạt huyền còn được xem là dấu hiệu của vẻ đẹp và sự giầu có.

Trang 46. Tang quyến mặc tang phục trắng cổ truyền. Các đám tang thường cử hành ồn ào, nhiều tiếng than khóc. Có khi, tang quyến còn thuê cả những người khóc mướn chuyên nghiệp để gia tăng cường độ âm thanh. Khách đến điếu tang thường để lại phong bì đựng tiền hoặc bó nhang. Theo truyền thống, người chết được đem chôn, ba năm sau cải mả, hài cốt được đào lên để đưa về quê nhà. Hiện nay, càng ngày càng có nhiều người được hỏa táng sau khi chết.

Trang 49. Hoàng đế Khải Định là một ông vua triều Nguyễn, một triều đại đã trị vì Việt Nam từ năm 1802 đến năm 1945. Con vua Khải Định, Hoàng Đế Bảo Đại là ông vua cuối cùng của Việt Nam.

Trang 54. Các tù nhân chiến tranh Mỹ đặt tên cho nhà tù Hỏa Lò là "Hà Nội Hilton". Ngày nay một phần nhà tù cũ đã trở thành viện bảo tàng và là nơi tưởng niệm những người Cộng Sản Việt Nam bị thuộc địa Pháp giam giữ. Cũng có hình ảnh một số người Mỹ bị giam giữ nơi đây, trong đó có cả đại sứ Hoa Kỳ Douglas "Pete" Peterson. Tuy nhiên ngày nay hầu hết ngôi nhà tù cũ đã là địa điểm của một tòa nhà chọc trời song lập, sử dụng làm văn phòng và chung cư. Thân người trong ảnh là một hình nộm.

Trang 55. Bóng của hàng rào kẽm hắt trên tường tòa đại sứ Hoa Kỳ ngày xưa tại thành phố Hồ Chí Minh, Sài Gòn cũ. Tòa đại sứ này từng là nơi nhiều người tỵ nạn ra đi bằng trực thăng vào ngày cuối cùng của chính phủ Nam Việt Nam trong tháng Tư 1975. Tòa đại sứ này đã được hạ xuống, xây lại thành tòa lãnh sự mới.

Trang 56. Cựu chiến binh Mỹ từng tham chiến ở Việt Nam, Ted Campbell đang chia một nụ cười với những người lính Việt Nam trong giờ tạm nghỉ việc tại một địa điểm xây cất. Ông Campbell là thành viên một nhóm thuộc Dự án Phục Hồi Việt Nam của cựu chiến binh, đã trở lại Việt Nam vào năm 1989 để xây cất một y viện tại Vũng Tàu. Y viện này là dự án đầu tiên trong số một vài dự án mà nhóm đã hoàn tất.

Trang 59. Trong một công viên ở phía bên kia đường đối diện bộ Ngoại Giao, các thanh niên thiếu nữ Việt lai Mỹ gặp nhau hàng ngày trong lúc đợi chờ chiếu khán xuất ngoại. Hơn hai chục ngàn người Việt lai Mỹ đã di cư sang Hoa Kỳ theo đạo luật Hồi Hương Người Á Châu lai Mỹ.

Trang 60. Các công nhân Việt Nam, do toán Tìm Kiếm Người Mỹ Mất Tích điều khiển, đang đào bới một địa điểm tại Lang Vay, gần biên giới Lào, nơi có một lô cốt từng bị tràn ngập trong trận tổng công kích Tết Mậu Thân 1968. Toán này đang tìm kiếm chứng tích của sáu người, đã bị xem là chết. Một tấm ảnh chụp năm 1968 cho thấy cái lô cốt trên địa điểm này, sau đó đã trở thành chỗ khai thác đá. Tất cả những gì còn sót lại, chỉ là một mảnh nền, thấy được ở phía góc phải của tấm ảnh ngày nay.

Trang 61. Các đại diện cựu chiến binh Mỹ đang cử hành lễ hồi hương di cốt quân nhân Mỹ tại phi trường quốc tế Nội Bài ở Hà Nội, trước khi di hài sáu quân nhân này được máy bay đưa về căn cứ không quân Hickman tại Hawaii để giảo nghiệm lý lịch.

Hơn ba triệu người Mỹ đã phục vụ trong trận chiến Việt Nam; di hài của hai ngàn hai trăm lẻ bảy người vẫn chưa được tìm thấy. Ủy Ban Đặc Nhiệm Thượng Viện phụ trách vấn đề Tù Nhân Chiến Tranh và Người Mỹ Mất Tích Trong Khi Chiến Đấu đã kết luận rằng không có bằng chứng đáng tin nào cho thấy là có quân nhân Mỹ còn sống tại Việt Nam.

Trang 63. Bên ngoài hoàng thành Huế, những người bán rong thường vây lấy các du khách để chào bán những cái bật lửa mà họ nói là chính gốc của lính Mỹ. Đa số đều là những bật lửa Zippo giả hiệu.

Trang 64. Củ Chi nằm cách thành phố Hồ Chí Minh 30 dặm Anh về hướng tây bắc, nơi đây du khách có thể bắn mục tiêu với súng AK-47 hoặc AR-15 với giá một đô la một viên đạn.

Trang 66. Các địa đạo tại Củ Chi cũng đã biến thành địa điểm du lịch. Một người hướng dẫn đang chỉ cho thấy một lối vào nằm ẩn dưới lá cây. Mặt Trận Giải Phóng Miền Nam (Việt Cộng) đã sử dụng những hệ thống hầm rộng lớn gần như những thành phố, với các khu vực sinh hoạt, các trung tâm chỉ huy và các bệnh viện dã chiến. Hệ thống địa đạo này nằm trong một khu vực bị dội bom và dội thuốc khai quang nặng nề nhất, khi quân đội Hoa Kỳ nỗ lực nhưng không thành công trong việc kéo bật các binh sĩ và thường dân của Việt Cộng ra khỏi hệ thống này. Chính quyền Việt Nam cho biết họ đã thiệt hại hai mươi tư ngàn binh sĩ và thường dân trong các hầm ấy.

Trang 68-74. Gia đình của ký giả Trần Đệ rời khỏi Việt Nam vào năm 1975, khi ông mười hai tuổi. Trong cuộc di tản hỗn loạn, người em gái của Trần Đệ là Lan đã kẹt lại. Nhiều năm sau, khi có thể đoàn tụ với gia đình bằng cách di cư sang Hoa Kỳ, cô Lan quyết định ở lại Nha Trang, nơi cô đã trưởng thành với họ hàng trong gia đình lớn.

Sau mười chín năm sống tại California, ông Trần Đệ đã trở về thăm quê hương. Kể từ khi chiến tranh kết thúc, lần đầu tiên ông Đệ đã được gặp cô em gái đúng buổi chiều đám cưới cô em.

Trong hai tuần thăm viếng quê hương, ông Đệ đã đến thăm một bà cô là bà Trần Thị Kiên ở Hội An, một tỉnh nhỏ trên bờ duyên hải Trung Việt, nơi cha ông và chú ông đã trưởng thành trong cuộc chiến chống thuộc địa Pháp. Mắc bệnh Alzheimer, bà cô ông Đệ không còn nhớ được người cháu.

Khi đất nước Việt Nam bị chia đôi, anh em nhà họ Trần cũng bị chia lìa. Thân phụ của ông Đệ vào Nam, sau đó trở thành nhà cung cấp thực phẩm cho quân đội Nam Việt Nam. Chú ông Đệ, ông Trần Thanh Hòe, ra Bắc với các lực lượng của Hồ Chí Minh. Ông Đệ đến thăm viếng ông chú, lúc ấy đã là Tướng một sao hồi hưu. Một người chú khác của ông Đệ, đã chết trong lúc chiến đấu trong Không Lực Miền Nam Việt Nam.

Câu chuyện của gia đình ông Trần Đệ khá tương tự với rất nhiều gia đình "Việt Kiều" khác, nhiều người ngày nay đã trở về Việt Nam hàng năm.

Trang 95. Cô Đỗ Thị Bé Ba đang bế người em trai mười tám tuổi, Đỗ Văn Bé Sáu, người mà cô nói rằng đã bị dị hình vì hóa chất mầu da cam. Làng mạc của họ gần tỉnh Bến Tre, trước đây um tùm cây cối, từng có lần được một thiếu tá Hoa Kỳ tuyên bố rằng "Đã đến lúc cần tiêu diệt tỉnh này để cứu vãn tỉnh này." Trong thời chiến, quân đội Mỹ đã dội xuống Việt Nam mười

một triệu ga-lông thuốc khai quang để triệt hạ những rừng cây thiên nhiên che đậy các căn cứ địch. Hóa chất mầu da cam có liên hệ đến tình trạng sinh nở dị hình và căn bệnh ung thư

Trang 99-103. Người Mường và người Dao là hai trong số 54 dân tộc thiểu số sống trong những vùng núi Việt Nam. Cả hai nhóm này sống gần biên giới Trung Hoa, là nơi mà họ di cư sang từ hơn hai trăm năm trước.

Ngành du lịch đã đem lại những lợi tức phụ cho các nông dân miền núi này bằng cách bán những quần áo và nữ trang cổ truyền. Tuy nhiên ảnh hưởng của du khách trong nước và ngoài nước đã pha loãng nền văn hóa của họ. Các cô con gái trẻ bán những thứ nữ trang rẻ tiền thường trang điểm theo kiểu người phương tây.

Nhu cầu gỗ đã đưa đến những thiệt hại đáng kể chung quanh vùng Sa Pa và khắp miền Bắc Việt Nam. Những làng mạc xa xôi vì cần tiền, đã thu bán gỗ bất hợp pháp cho các nhà buôn Trung Quốc. Các gia đình cũng lấy gỗ vì cần củi để đun nấu, làm nhà, và bán làm nguồn lợi tức.

Trang 104. Bằng cách tổng hợp các triết lý thế tục và triết lý tôn giáo của đông lẫn tây, đạo Cao Đài tìm cách sáng tạo nên một tôn giáo hoàn hảo. Do ông Ngô Minh Chiếu sáng lập ở Việt Nam vào đầu thập niên 1920, ngày nay đạo Cao Đài có khoảng hai triệu rưỡi tín đồ, hầu hết ở tại miền Nam. Ngày nay, chính phủ đang chặt chẽ theo dõi đạo Cao Đài và các hoạt động của đạo này, giới hạn những buổi hội họp, gặp gỡ, và khủng bố các lãnh tụ của đạo. Trụ sở chính của đạo Cao Đài là Thánh Thất Cao Đài đặt tại Tây Ninh.

Trang 115. Hai cựu chiến binh cụt chân đang đi trên đường thành phố Hồ Chí Minh. Không thể nào biết có bao nhiêu binh sĩ đã cụt tay, bao nhiêu quân nhân đã cụt chân. Hà Nội cho biết có hai triệu thường dân và một triệu người lính của họ đã bị sát hại trong cuộc chiến. Hoa Kỳ nói rằng có hai trăm ngàn lính miền Nam Việt Nam thiệt mạng; năm mươi bảy ngàn chín trăm ba mươi chín quân nhân Hoa Kỳ đã chết hoặc còn liệt kê là mất tích.

Acknowledgments/Cảm Tạ

This book would not exist without the help and encouragement of many people. I would first like to thank my wife, JoAnn Lambkin, for her unselfish love and support. She was always there at the airport when my journeys began and when I returned home.

The collaboration of my traveling companions, the reporters with whom I worked on each trip, was invaluable. Thanks to Michael Dorgan, Michael Oricchio, Teresa Watanabe, De Tran, Kristin Huckshorn and Mark McDonald. Thanks also to Michael Winter and Lynn Louie, who helped with the editing, mapmaker Karl Kahler, designer Nguyễn Duy Liêm, and translator/copy writer Trac Nguyen.

I am grateful to my editors at the San Jose Mercury News for their unconventional wisdom and support in publishing this work: Geri Migielicz, Bryan Monroe, Ann Hurst and David Yarnold. I am also grateful to Lan Nguyen, Dolores Moore and Jay T. Harris, our publisher.

Thanks also to Ohio University for offering me a Knight fellowship in newsroom graphics management, which allowed me time to edit and design the book. I am grateful to Terry Eiler and Larry Nighswander for their advice and encouragement.

I have consulted many talented and knowledgeable people in the course of producing this book, and I am especially grateful to Hyunh "Nick" Ut, Eddie Adams, Tom Kennedy, Lou Dematteis, Dave LaBelle, Mike Morse, Rick Smolan, Jose Luis Villegas, Joel Sartore, Jim McNay, Ken Light and Larry Powell. They have been most generous with their time and advice.

My photographic style has evolved over the thirteen years that I've made the photographs for this book. My fellow Mercury News photography staff members and photography friends have influenced — and sharpened — my vision, and I am grateful for that.

And I am especially grateful to the many people who allowed me to photograph them in Vietnam, and to those who helped me gain access. To those I photographed, may their captured souls move the hearts of others.

Finally, I thank my parents, John and Jean Gensheimer. They gave me a camera and watched me grow. ❖

Cuốn sách này sẽ không có mặt nếu không có sự giúp đỡ và khuyến khích của nhiều người. Trước hết, tôi xin được cảm ơn vợ tôi, JoAnn Lambkin, về tình yêu vô bờ và sự hỗ trợ của nàng. Nàng luôn luôn có mặt ở phi trường để đưa tiễn mỗi khi tôi bắt đầu các chuyến đi và đứng đó chào đón mỗi khi tôi trở về quê nhà.

Sự cộng tác của những người bạn đồng hành trong các chuyến đi của tôi, các thông tín viên mà tôi từng làm việc chung trong mỗi chuyến, thật là đáng quý. Xin cảm tạ Michael Dorgan, Michael Oricchio, Teresa Watanabe, Trần Đệ, Kristin Huckshorn và Mark McDonald. Cũng xin cảm ơn Michael Winter và Lynn Louie, đã giúp đỡ việc nhuận sắc, Karl Kahler, thực hiện bản đồ, Nguyễn Duy Liêm, trang trí mỹ thuật, và Nguyễn Bá Trạc, người chuyển dịch cuốn sách này sang Việt ngữ.

Tôi biết ơn các chủ bút và biên tập viên của tờ San Jose Mercury News về sự hiểu biết phi thường của họ và sự yểm trợ để xuất bản tác phẩm này: Geri Migielicz, Bryan Monroe, Ann Hurst, David Yarnold, Lan Nguyễn, Dolores Moore và Jay T. Harris, chủ nhiệm tờ báo của chúng tôi.

Cũng xin cảm tạ Đại Học Ohio đã cho tôi một học bổng Knight về Quản Lý Hình Ảnh Phòng Tin, học bổng ấy giúp tôi có thời giờ chuẩn bị và sắp xếp cuốn sách. Tôi biết ơn Terry Eiler và Larry Nighswander về những lời khuyên và khích lệ.

Tôi đã tham khảo ý kiến của nhiều người có tài năng và có kiến thức trong lúc thực hiện cuốn sách này, tôi đặc biệt biết ơn Huỳnh (Nick) Út, Eddie Adams, Tom Kennedy, Lou Dematteis, Dave LaBelle, Mike Morse, Rick Smolan, Jose Luis Villegas, Joel Sartore, Jim McNay, Ken Light và Larry Powell. Họ đã rộng lượng dành cho tôi rất nhiều thời giờ và những lời khuyên.

Trong hơn mười ba năm mà tôi thực hiện các bức ảnh cho cuốn sách này, phong cách nhiếp ảnh của tôi đã dần dần thay đổi. Đồng nghiệp của tôi, các nhân viên nhiếp ảnh làm việc cho tờ Mercury News, và các bạn hữu trong ngành nhiếp ảnh đã ảnh hưởng – và mài dũa – cái nhìn của tôi, tôi xin được cảm tạ về việc ấy.

Và tôi đặc biệt biết ơn rất nhiều người đã cho phép tôi chụp ảnh họ tại Việt Nam, cùng những người đã giúp tôi thực hiện điều này. Đối với những người mà tôi đã chụp ảnh, tôi cầu mong rằng phần tinh thần sâu xa của họ ghi nhận trên các tấm ảnh, có thể làm cảm động được trái tim của những người khác.

Cuối cùng, tôi xin cảm ơn cha mẹ tôi là John và Jean Gensheimer. Cha mẹ tôi đã cho tôi chiếc máy ảnh và đã nhìn tôi lớn lên. ❖

Rice Harvest, Phan Rang, 1997
Gặt lúa, Phan Rang